ഗ്രീൻ ബുക്സ്

ഡോറാ ബ്രൂഡർ
ചരിത്രത്തിൽ ഇല്ലാത്തവർ

പാട്രിക് മോദിയാനോ

1945 ജൂലൈ 30ന് ഫ്രാൻസിൽ ജനിച്ചു.
നാസി അധിനിവേശക്കാലത്തെ തിക്താനുഭവങ്ങൾ
ഏറ്റു വാങ്ങിയ ഒരു ജൂതകുടുംബമാണ് പാട്രിക്
മോദിയാനോയുടേത്. ഭീകരമായ ഒരു കാലഘട്ടത്തിന്റെ
അധിനിവേശങ്ങളുടെയും ജീവിതസമസ്യകളുടെയും
അനുഭവങ്ങളുടെയും രചനകളാണ് അദ്ദേഹത്തിന്റേത്.
2014ൽ സാഹിത്യത്തിനുള്ള നോബൽ പുരസ്കാരം നേടി.
ഓസ്ട്രിയൻ സ്റ്റേറ്റ് പ്രൈസ് ഫോർ യൂറോപ്യൻ ലിറ്ററേച്ചർ,
പ്രീ മോണ്ടിയൽ സിനോ ദെൽ ദൂക, പ്രീ ഗോൺകോർ
തുടങ്ങിയ പുരസ്കാരങ്ങൾ ലഭ്യമായിട്ടുണ്ട്.
മോദിയാനോ കൃതികളുടെ മലയാള ഭാഷാന്തരങ്ങളായ
'നക്ഷത്രക്കവല', വഴിയോരക്കഫേയിലെ പെൺകുട്ടി,
ഈ ചുറ്റുവട്ടത്ത് നിനക്കു വഴി തെറ്റാതിരിക്കാൻ
എന്നീ നോവലുകൾ ഗ്രീൻ ബുക്സ് പ്രസിദ്ധീകരിച്ചു.

പ്രഭാ ആർ. ചാറ്റർജി: ശാസ്ത്രജ്ഞ, വിവർത്തക.
1951ൽ ജനനം. ഇന്ത്യൻ ഇൻസ്റ്റിറ്റ്യൂട്ട് ഓഫ് സയൻസിൽനിന്ന്
രസതന്ത്രത്തിൽ ഡോക്ടറേറ്റ് (1976). ഇന്ത്യയിലും വിദേശങ്ങളിലും
ഗവേഷണവും അദ്ധ്യാപനവും നടത്തിയിട്ടുണ്ട്.
Vasco da Gama's Voyage to India (E.G. Ravenstein),
La Bete Humaine (Emile Zola), The First Man, The Fall,
Myth of Sysyphus, Exile and Kingdom (Albert Camus),
dans le cafe de la jeunesse perdue, la place de l'etoile (Patrick Modiano)
എന്നീ കൃതികൾ മലയാളത്തിലേക്ക് വിവർത്തനം ചെയ്തിട്ടുണ്ട്.

Blog: Science Delights (prchatterjiblog.blogspot.com)

ഡോറാ ബ്രൂഡർ
ചരിത്രത്തിൽ ഇല്ലാത്തവർ

പാട്രിക് മോദിയാനോ

വിവർത്തനം
പ്രഭാ ആർ. ചാറ്റർജി

ഗ്രീൻ ബുക്സ്

green books private limited
little road, ayyanthole, thrissur- 680 003
ph: 0487-2361038
website: www.greenbooksindia.com
e-mail: info@greenbooksindia.com

original title
(french)
dora bruder
© editions gallimard, 1997

(malayalam)
dora bruder
charithrathil illathavar
(experience)
by
patrick modiano

translated by
prabha r. chatterji

first published may 2016
copyright reserved

cover design : rajesh chalode

PAD TAGORE

the work is published via the
publication assistance programme tagore with the
support of institut francais en inde
ambassade de france in inde and the
institut francais de paris

branches:
thrissur 0487-2422515
palakkad 0491-2546162
kannur 0497-2763038
thiruvananthapuram 9846670899

isbn : 978-81-8423-513-5

no part of this publication may be reproduced, or transmitted in any form or by any means, without prior written permission of the publisher

GBPL/768/2016

മുഖക്കുറി

ചരിത്രത്തിന്റെ ശ്മശാനഭൂമിയിലൂടെയാണ്
പാട്രിക് മോദിയാനോ കടന്നുപോകുന്നത്.
നിശ്ശബ്ദവും നിഗൂഢവുമായ എത്രയോ ഇടങ്ങൾ
അവിടെ സ്ഥലം പിടിച്ചിരിക്കുന്നു.
അവിടെ ഡോറാ എന്ന പെൺകുട്ടിയും.
പാരീസിന്റെ ചരിത്രത്തിൽ അവളുടെ മാതാപിതാക്കളും
ഓഷ്വിറ്റ്സിലേക്കു കയറ്റിയയയ്ക്കപ്പെട്ടു.
ക്രൂരമായി വേട്ടയാടപ്പെട്ട നാസി തേർവാഴ്ചയുടെ
കഥകൾ. ഒരിക്കൽ അസ്തമിച്ചെന്നു കരുതിയ
മതഭീകരതകൾ പകർച്ചവ്യാധികൾ പോലെ
തിരിച്ചുവരുമോ എന്ന് ലോകം ഭയപ്പെടുന്ന
ഒരു കാലഘട്ടത്തിൽ മോദിയാനോയുടെ കഥകൾ
നമ്മെ തീർത്തും അസ്വസ്ഥരാക്കുകയും
വീർപ്പുമുട്ടിക്കുകയും ചെയ്യുന്നു.

കൃഷ്ണദാസ്
മാനേജിങ് എഡിറ്റർ

ആമുഖം

ഡോറാ ബ്രൂഡർ നടപ്പാത (Dora Bruder Prominade) ഇന്ന് പാരീസിന്റെ ചരിത്രസ്മാരകങ്ങളിലൊന്നാണ്. 2015 ജൂണിൽ മഹാനഗരത്തിന്റെ പതിനെട്ടാം വാർഡിൽ ഈ നടപ്പാത ഉദ്ഘാടനം ചെയ്യപ്പെടുന്നതിനു പ്രേരകമായത് പാട്രിക് മോദി യാനോയുടെ ഡോറാ ബ്രൂഡർ എന്ന പുസ്തകം തന്നെയാണ്. ഡോറ, മോദിയാനോയുടെ കല്പനാസൃഷ്ടിയല്ല. സത്യത്തിൽ ആ പതിനഞ്ചുകാരിയെതേടിയുള്ള അന്വേഷണ റിപ്പോർട്ടാണിത്. തികച്ചും യാദൃച്ഛികമായാണ് പാരീസ് സായാഹ്നപത്രത്തിന്റെ വളരെ പഴയൊരു ലക്കം മോദിയാനോയുടെ കൈയിൽ തടയുന്നത്. അത്രതന്നെ യാദൃച്ഛികമായിട്ടാണ് അതിലെ *കാണ്മാനില്ല* പരസ്യം ശ്രദ്ധയിൽ പെടുന്നതും. ഡോറാ ബ്രൂഡർ എന്ന പതിനഞ്ചു വയസ്സുകാരിയെച്ചൊല്ലി മാതാപിതാക്കൾ 1941 ഡിസംബർ 31ലെ പാരീസ് സായാഹ്നപത്രത്തിൽ നല്കിയ പരസ്യം. മോദിയാനോ അതു കാണുന്നത് 1988 ഡിസംബറിലും. ആ ബാലിക താമസിച്ചിരുന്ന ചുറ്റുവട്ടം കഥാകൃത്തിന് സുപരിചിതമാണ്. അടക്കാനാവാത്ത ഒരാകാംക്ഷ. ആ ബാലിക ആരായിരുന്നു? എന്തിനാവും അവൾ വീട് വിട്ട് ഓടിപ്പോയിരിക്കുക? അവൾ വീട്ടിൽ തിരിച്ചെത്തിയോ? കാലപ്പഴക്കംകൊണ്ട് ദ്രവിച്ച ചരടിന്റെ ഒരു കൊച്ചു തുമ്പാണ് ആ പരസ്യം. എങ്കിലും ദൃഢചിത്തനായി ആ തുമ്പു പിടിച്ച് മുന്നോട്ടു പോകാൻ ശ്രമിക്കയാണ്, മോദിയാനോ. പത്തു കൊല്ലത്തോളം നീണ്ടുനിന്ന ആ അന്വേഷണ വഴിയിൽ, ചരിത്രത്തിലില്ലാത്ത ഒട്ടനവധി പേരുടെ വിവരങ്ങൾ പുറത്തുവരുന്നു. ഡോറാ ബ്രൂഡർ അവരെയൊക്കെ പ്രതിനിധീകരിക്കുന്നു.

തട്ടിയും മുട്ടിയും നീങ്ങിയ അന്വേഷണത്തിനിടെ മുട്ടുന്ന വാതിലുകളെല്ലാമൊന്നും തുറക്കപ്പെടുന്നില്ല. പുസ്തകത്തിലൊരിടത്ത് മോദിയാനോ പറയുന്നു, *സമയമെടുക്കും. കാലം മായ്ച്ചുകളഞ്ഞതിനെ പുനരുദ്ധരിക്കാൻ സമയമെടുക്കും. ഏതൊക്കെയോ റജിസ്റ്ററുകളിൽ വിവരങ്ങൾ അല്പസ്വല്പമെങ്കിലും*

അവശേഷിച്ചുകാണും. പക്ഷേ റജിസ്റ്ററുകൾ എവിടെയാണ് ഒളിപ്പിച്ചു വെച്ചിരിക്കുന്നതെന്നോ, ആരുടെ കസ്റ്റഡിയിലാണെന്നോ, അധികാരപ്പെട്ടവർ നിങ്ങളെ അതൊക്കെ കാണാനനുവദിക്കുമെന്നോ ഒന്നും ആർക്കുമറിയില്ല. ഒരു വേള ഇത്തരം റജിസ്റ്ററുകൾ തങ്ങളുടെ അധീനതയിലുണ്ടെന്ന വസ്തുത തന്നെ അവയുടെ സൂക്ഷിപ്പുകാർക്കറിയില്ലെന്നും വന്നേക്കാം. അതിനു കാരണമുണ്ട്. ഫ്രാൻസ് ജർമൻ മുഷ്ടിയിലമർന്ന കാലത്തെ സംഭവമാണ്. ആ ഭൂതകാലചരിത്രം പൊതുവായനയ്ക്കു വെക്കാൻ ഫ്രാൻസിനു മടിയുണ്ട്. മോദിയാനോയുടെ അന്വേഷണ റിപ്പോർട്ട് ഫ്രാൻസിന്റെ മനഃസാക്ഷിയെ അസ്വസ്ഥമാക്കുന്ന പല വസ്തുതകളും അനാവരണം ചെയ്യുന്നു.

1939ൽ ഓസ്ട്രിയയും പോളണ്ടും ചെകോസ്ലാവാക്യയും ജർമൻ മുഷ്ടിയിലായതോടെ, ഒരു മുൻകരുതലെന്ന നിലയ്ക്ക്, 1940 മെയ് മാസത്തിൽ ഫ്രഞ്ചു ഗവണ്മെന്റ്, ഫ്രാൻസിലെ ജർമൻ പ്രവാസികളെ ഒന്നടങ്കം (ഓസ്ട്രിയൻ-പോളിഷ്-ചെക് പൗരന്മാരടക്കം) അറസ്റ്റു ചെയ്തു. ഇവരിൽ പലരും ശത്രു ചാരന്മാരായിക്കൂടെന്നില്ലല്ലോ. നിരീക്ഷണപരീക്ഷണങ്ങൾക്കു ശേഷം സംശയാതീതരെന്നും സംശയാധീനരെന്നും ഇവർ രണ്ടായി തരം തിരിക്കപ്പെട്ടു. സംശയാതീതരിൽ ഒരു വിഭാഗത്തെ കുടിയേറ്റത്തൊഴിലാളികൾ എന്ന് വേറൊരിനത്തിൽപ്പെടുത്തി. ഇതിനകം ജർമൻസൈന്യം ഫ്രാൻസിന്റെ പടിവാതില്ക്കലെത്തിക്കഴിഞ്ഞിരുന്നു, മൂപ്പിളമ പ്രശ്നങ്ങളും ഉൾപ്പോരുകളും കാരണം രണ്ടു ചേരികളായി തിരിഞ്ഞ ഫ്രഞ്ചു ഭരണകൂടം യുദ്ധത്തെ, നാസിജർമനിയെ എങ്ങനെ നേരിടണമെന്നതിനെ ച്ചൊല്ലി തർക്കിച്ചു. യുദ്ധക്കളത്തിലിറങ്ങാൻ ആവശ്യമായ ആൾബലവും ആയുധക്കോപ്പും ഫ്രഞ്ചു സൈന്യത്തിനില്ലെന്നും അതിനാൽ ജർമനിയുമായി സന്ധി ചെയ്യുന്നതാവും ബുദ്ധിയെന്നും ഉപപ്രധാനമന്ത്രിയും സൈനികോപദേഷ്ടാവുമായിരുന്ന മാർഷൽ പേറ്റൻ വാദിച്ചു. ഈ മൂപ്പിളമതർക്കത്തിൽ ജനപ്രതിനിധിസഭയിലെ ബഹുഭൂരിപക്ഷം പേറ്റന്റെ കൂടെയായിരുന്നു. പാരിസിന്റെ പതനം ആസന്നമായതോടെ തെക്കൻ ഫ്രാൻസിൽ വിഷി ആസ്ഥാനമാക്കി പ്രധാനമന്ത്രി പേറ്റൻ ഭരണമേറ്റു. നാസി ജർമനിയുമായി നടത്തിയ സമാധാനക്കരാർ പ്രകാരം ഫ്രാൻസ് വിഭജിക്കപ്പെട്ടു. പാരിസ് ഉൾപ്പെടുന്ന ഉത്തരമേഖലയിൽ ഫ്രഞ്ചു തദ്ദേശഭരണസ്ഥാപനങ്ങൾ ജർമൻ സൈനികരുടെ മേൽനോട്ടത്തിൽ പ്രവർത്തിച്ചു. തെക്കുള്ള സ്വതന്ത്ര മേഖല വിഷി ഭരണകൂടത്തിനു കീഴിൽ. പക്ഷേ ജൂതരോടുള്ള സമീപനത്തിൽ ഇരു മേഖലകളും ഒറ്റക്കെട്ടായിരുന്നു. ജൂതവംശത്തെ

ഉന്മൂലനം ചെയ്യാതെ ലോകത്തിന് നല്ലൊരു ഭാവി ഉണ്ടാകില്ലെന്ന പ്രചരണം ഇരു മേഖലകളിലും ശക്തിപ്പെട്ടു. സ്ത്രീകളും കുട്ടികളുമടക്കം ഫ്രാൻസിനകത്തെ ജൂതരെ വളഞ്ഞുപിടിച്ച് തടങ്കൽ പാളയങ്ങളിലെത്തിക്കാൻ ഇരുമേഖലകളിലേയും ഫ്രഞ്ചു ഉദ്യോഗസ്ഥർ വിഷി ഗവൺമെന്റിന്റെ പൂർണ അറിവോടെ, നാസികൾക്ക് സകലവിധ സഹായങ്ങളും ചെയ്തുകൊടുത്തു. വളരെ ബുദ്ധിപൂർവ്വം പ്ലാൻ ചെയ്ത് നടപ്പാക്കിയ പദ്ധതികളിൽ ആദ്യത്തേത് നിയമപരമായ കണക്കെടുപ്പായിരുന്നു, ജൂതസെൻസസ്. ജൂതരുടെ പേരുവിവരങ്ങളും അഡ്രസ്സും പൂർവചരിത്രവും എല്ലാം സവിസ്തരം ശേഖരിക്കപ്പെട്ടു. അവർ പല ഗ്രൂപ്പുകളായി വിഭജിക്കപ്പെട്ടു. ഫ്രഞ്ചു ജൂതർ, അർദ്ധജൂതർ, ഓസ്ട്രിയൻ ജൂതർ, പോളിഷ് ജൂതർ, ജർമൻ ജൂതർ, ഹംഗേറിയൻ ജൂതർ..... സ്ത്രീ, പുരുഷൻ, പ്രായപൂത്തിയാകാത്തവർ.... എന്തിനായിരുന്നു ഇത്രയും വിശദമായ രേഖകൾ എഴുതിയുണ്ടാക്കിയത്? ജൂത വംശത്തിന്റെ അന്തിമവിധി പ്രഖ്യാപിച്ചുകഴിഞ്ഞിരുന്നല്ലോ. പിന്നെന്തിനായിരുന്നു ഈ പ്രഹസനം? ആറ്റിൽ കളയുകയാണെങ്കിലും അളന്നു തന്നെ കളയണമെന്നല്ലേ പഴമക്കാർ പറയാറുള്ളത്.

സാമ്പത്തികമായി കീഴ്ത്തട്ടിൽ നില്ക്കുന്ന പ്രവാസി ജൂത കുടുംബം. ഒറ്റമുറി വാടകവീട്ടിനകത്ത് മൂന്നുപേർ അച്ഛൻ, അമ്മ, ഡോറ. അച്ഛൻ ഏണസ്റ്റ് ബ്രൂഡർ, ഓസ്ട്രിയക്കാരനാണ്. ഫ്രഞ്ചു വിദേശസൈന്യത്തിൽ സേവനമനുഷ്ഠിച്ചിട്ടുണ്ട്. ഫ്രാൻസിനു വേണ്ടി യുദ്ധം ചെയ്ത് പരിക്കേറ്റ് നൂറുശതമാനം വികലാംഗൻ എന്ന വിശേഷണം ലഭിച്ചെങ്കിലും യാതൊരു വിധ സാമ്പത്തിക ആനുകൂല്യങ്ങൾക്കും ഏണസ്റ്റ് ബ്രൂഡർ അർഹനായില്ല. കാരണം അയാൾ ഫ്രഞ്ചു പൗരനായിരുന്നില്ല. എങ്കിലും അയാളെ സംരക്ഷിക്കേണ്ട ചുമതല ഫ്രഞ്ചുഭരണകൂടത്തിന് ഉണ്ടായിരുന്നില്ലേ? അമ്മ സെസിൽ ബ്രൂഡർ ഹംഗേറിയൻ ജൂതയായിരുന്നു, എന്ന് ഫ്രഞ്ചു സർക്കാറിന് ഒഴികഴിവു പറയാം. പക്ഷേ ഈ ദമ്പതികളുടെ മകൾ ഡോറ പാരിസിൽ ജനിച്ചവളാണ്, അവൾക്ക് ഫ്രഞ്ചു പൗരത്വമുണ്ട്. അവളുടെ സുരക്ഷിതത്വം ഉറപ്പു വരുത്തേണ്ടത് ഫ്രഞ്ചു സർക്കാറല്ലേ? അച്ഛൻ അമ്മ, മകൾ മൂന്നംഗ കുടുംബം. പക്ഷേ അധികൃതരുടെ ദൃഷ്ടിയിൽ അവർ വെവ്വേറെ പട്ടികകളിലാണ്.

നിങ്ങൾ ഇനം തിരിക്കപ്പെടുകയാണ്. ഒരിക്കലും കേട്ടിട്ടു കൂടിയില്ലാത്ത ഗ്രൂപ്പുകളിലേക്ക് നിങ്ങളെ ഉൾപ്പെടുത്തപ്പെടുന്നു. നിങ്ങളാരെന്നതുമായി ഈ തരം തിരിക്കലിന് ഒരു ബന്ധവുമില്ല. ഹാജരാകാൻ ഉത്തരവു വരുന്നു, തരം തിരിക്കുന്നു,

തടവിലിടുന്നു. ഇതിന്റെയൊക്കെ അർഥമെന്താണ്? ഇതൊക്കെ എന്തിന്? ഹോ! ഒന്നറിയാൻ കഴിഞ്ഞിരുന്നെങ്കിൽ.

ജൂതർക്കായുള്ള പെരുമാറ്റച്ചട്ടങ്ങൾ നിലവിൽ വന്നതോടെ പുറത്തിറങ്ങാനാവാത്ത സ്ഥിതി. കാരണം മാർക്കറ്റുകൾ, പാർക്കുകൾ, തിയേറ്ററുകൾ ലൈബ്രറികൾ എന്നുവേണ്ട എല്ലാ പൊതുസ്ഥലങ്ങളും ജൂതർക്ക് നിരോധനമേഖലയാണ്. ഉച്ച തിരിഞ്ഞ് മൂന്നിനും നാലിനുമിടക്കുള്ള സമയത്തു മാത്രമേ മാർക്കറ്റിൽ കാണാവൂ. മെട്രോയിൽ ഏറ്റവും അവസാനത്തെ ബോഗിയാണ് അവർക്കായി നീക്കി വെച്ചിട്ടുള്ളത്. റേഡിയോ, സൈക്കിൾ എന്നിവ കൈവശം വെക്കാനുള്ള അവകാശമില്ല. ജൂത ചിഹ്നമായ മഞ്ഞ നക്ഷത്രം നിർബന്ധമായും സദാസമയവും ധരിച്ചിരിക്കണം. മകളുടെ രക്ഷയെക്കരുതി അച്ഛനമ്മമാർ അവളെ ക്രൈസ്തവ കോൺവെന്റിലെ ബോർഡിംഗ് സ്കൂളിൽ ചേർത്തു. അവിടെയും സ്ഥിതിഗതികൾ മെച്ചമായിരുന്നില്ല. കർശനമായ നിയമങ്ങൾ, മടുപ്പിക്കുന്ന ദിനചര്യകൾ. കൗമാരത്തിന്റെ ഉത്സാഹത്തിമർപ്പ് അനുഭവിച്ചറിയേണ്ട കാലം ജീവിതം വസന്തോത്സവം പോലെ ആഘോഷപൂർണമാകേണ്ടതായിരുന്നു. പക്ഷേ സാഹചര്യങ്ങൾ അവൾക്കു ചുറ്റും ഇരുമ്പഴികൾ പാകി.. ഒരു ബാലാമണിയമ്മ കവിതപോലെ അവർ ഇങ്ങനെ വിലപിച്ചിരിക്കാം.

വിട്ടയക്കുക കൂട്ടിൽ നിന്നെന്നെ, ഞാൻ
ഒട്ടു വാനിൽ പറുനടക്കട്ടെ

....

പഞ്ജരത്തിന്റെ ചുറ്റഴിയോരോന്നും
എന്നെ നോക്കി ചിരിപ്പതായ്ത്തോന്നുന്നു.

സാഹസിയും തന്റേടിയുമായ അവൾ ഒന്നിലധികം തവണ ഭാഗ്യപരീക്ഷണങ്ങൾ നടത്തി, എങ്ങനേയോ പുറത്തുകടന്നു, പക്ഷേ ഓരോ തവണയും അധികാരികൾ പിടികൂടി വീണ്ടും കൂട്ടിലടച്ചു. ഓടിപ്പോകാനുള്ള പ്രവണതയെപ്പറ്റി മോദിയാനോ ഇങ്ങനെ പറയുന്നു. "സത്യത്തിൽ അത് ഒരു സഹായാഭ്യർഥനയാണ്. ചുരുക്കം ചില അവസരങ്ങളിൽ ഒരു തരത്തിലുള്ള ആത്മഹത്യയും. ക്ഷണനേരത്തേക്കെങ്കിലും അനശ്വരത അനുഭവപ്പെടുന്നു. ഈ ലോകവുമായി മാത്രമല്ല, കാലപ്രവാഹവുമായും ബന്ധം വിച്ഛേദിച്ചിരിക്കുന്നുവെന്ന പ്രതീതി. ആകാശനീലിമയിലേക്കു പറന്നുയരാം. നിങ്ങളെ ഈ ഭൂമിയിൽ പിടിച്ചു നിറുത്താനായി ഒന്നുമില്ല. ഘടികാരത്തിന്റെ സൂചി എന്നെന്നേക്കുമായി നിലച്ചുപോയിരിക്കുന്നു, വെയിൽക്കീറിലൂടേയുള്ള പ്രയാണത്തിൽ സ്തംഭിച്ചുപോയ ഒരു ഉറുമ്പിനെപ്പോലെ."

യുദ്ധാനന്തരം, രേഖകളിൽ സിംഹഭാഗവും അധികാരപ്പെട്ടവർ നശിപ്പിച്ചു കളഞ്ഞു. പൊലീസുമായുള്ള ഡോറയുടെ ഒളിച്ചുകളി ഏതാണ്ട് ഒന്നര വർഷത്തോളം നീണ്ടു നിന്നതായി പരിമിതമായ സ്രോതസ്സുകളിൽ നിന്ന് മോദിയാനോ കണ്ടെത്തി. ഓരോ തവണ ഓടിപ്പോയപ്പോഴും അവളെങ്ങനെ, എവിടെ താത്കാലിക അഭയം കണ്ടെത്തിയെന്നത് ഒരു കടംകഥയായി ശേഷിക്കുന്നു. ഒടുവിൽ കിട്ടിയ വിവരമനുസരിച്ച് ഏണസ്റ്റ് ബ്രൂഡറും ഡോറാ ബ്രൂഡറും 1942 സപ്റ്റംബർ 22നും സെസിൽ ബ്രൂഡർ 1943 ഫെബ്രുവരി 11നും ഓഷ്വിറ്റ്സിലേക്ക് കയറ്റി അയയ്ക്കപ്പെട്ടു.

ഓഷ്വിറ്റ്സിനെപ്പറ്റി

1940-ൽ നാസികൾ ഓഷ്വിറ്റ്സ് തടങ്കൽപാളയത്തിന് രൂപം കൊടുത്തത് പോളിഷ് രാഷ്ട്രീയത്തടവുകാരെ പാർപ്പിക്കാനായിരുന്നു. പിന്നീട് ഇത് ജൂതത്തടവുകാരുടെ അന്തിമപരിഹാരത്തിനുള്ള (Final Solution)മരണക്കാമ്പായി. തടവുകാരുടെ സംഖ്യ ഏറി വന്നപ്പോൾ ഓഷ്വിറ്റ്സ് II, III എന്നിങ്ങനെ രണ്ടു ജയിലുകൾ കൂടി നിർമിക്കപ്പെട്ടു. ജർമനിയുടെ പല ഭാഗങ്ങളിലുമായി വേറേയും നാല്പതു ഉപജയിലുകൾ ഉണ്ടായിരുന്നതായി പറയപ്പെടുന്നു.

1945 ജനുവരി രണ്ടാം പകുതിയിൽ നാസി പരാജയം ഉറപ്പായപ്പോൾ അധികൃതർ ഓഷ്വിറ്റ്സിലെ റെക്കോർഡുകളെല്ലാം തീയിലിട്ടു നശിപ്പിച്ചു. വിഷവാതക ചേംബറും മറ്റു സംവിധാനങ്ങളും പൊളിച്ചുമാറ്റി. ജനുവരി 27ന് റഷ്യൻ സൈന്യം സ്ഥലത്തെത്തി, അവശരരായ ബാക്കി തടവുകാരെ മോചിപ്പിച്ചു. ഓഷ്വിറ്റ്സും ഉപക്യാമ്പുകളും ഇന്ന് മ്യൂസിയങ്ങളാണ്, അവ യുനെസ്കോയുടെ പൈതൃക പട്ടികയിൽ ഇടം പിടിച്ചിരിക്കുന്നു.

1945 ജനുവരി 27ന് ആണ് ഓഷ്വിറ്റ്സ് തടങ്കപാളയത്തിന്റെ വിമോചനദിനം ആചരിക്കപ്പെടുന്നത്.

പ്രഭാ ആർ ചാറ്റർജി

ഡോറാബ്രൂഡർ

എട്ടു വർഷം മുമ്പാണ്. പാരിസ് സായാഹ്നപത്രത്തിന്റെ വളരെ പഴയൊരു പതിപ്പ്. 31 ഡിസംബർ 1941ലെ മൂന്നാം പേജിലെ ദിനക്കുറിപ്പുകൾ എന്ന കോളത്തിൽ എന്റെ ദൃഷ്ടികൾ ഉടക്കി നിന്നു. താഴെ ഒരു പരസ്യം

കാണ്മാനില്ല

ഡോറാ ബ്രൂഡർ എന്ന പെൺകുട്ടിയെ കാണ്മാനില്ല. വയസ്സു പതിനഞ്ച്, ഉയരം 1.55 മീറ്റർ. അല്പം നീണ്ട മുഖം, തവിട്ടു കലർന്ന ചാരനിറക്കണ്ണുകൾ. ചാരനിറത്തിലുള്ള സ്പോർട്സ് ജാക്കറ്റ്. മറൂൺ സ്വെറ്റർ. കടുംനീലപാവാട, തൊപ്പി. തവിട്ടു നിറമുള്ള ജിം ഷൂസ്. വിവരം അറിയിക്കേണ്ട മേൽവിലാസം മിസ്റ്റർ& മിസിസ് ബ്രൂഡർ, നമ്പർ 41 ഒർണനോ ബുളേവാഡ്, പാരിസ്.

ഒർണനോ ബുളെവാഡും[1] ചുറ്റുവട്ടവും എനിക്കു വളരെക്കാലമായി പരിചയമുള്ള സ്ഥലമാണ്. കുട്ടിക്കാലത്ത് അമ്മയോടൊപ്പം അവിടെയടുത്തുള്ള സാത്വാ മാർക്കറ്റിൽ പോകാറുണ്ടായിരുന്നു. അന്നൊക്കെ *ക്ലിങ്ന്യാകൂർ ചുംകവാതിൽ* സ്റ്റോപ്പിലാണ് പതിവായി ബസ്സിറങ്ങാറ്. ഇടയ്ക്കൊക്കെ പതിനെട്ടാം വാർഡിലെ ടൗൺഹാൾ സ്റ്റോപ്പിലും. ശനിയാഴ്ചയോ ഞായറാഴ്ചയോ ഉച്ചതിരിഞ്ഞായിരുന്നു ഈ യാത്രകൾ.

തണുപ്പുകാലങ്ങളിൽ, *ക്ലിങ്ന്യാകൂർ* പട്ടാളക്കാമ്പിനു മുന്നിലെ തണൽ മരങ്ങൾ നിഴലുവിരിച്ച നടപ്പാതയിൽ വലിയ ആൾത്തിരക്കായിരിക്കും. ജനപ്രവാഹത്തിനു നടുക്ക് മുക്കാലിയിൽ കയറ്റിവെച്ച കാമറയുമായി ഒരു ഫോട്ടോഗ്രാഫറെ കാണാമായിരുന്നു. തടിച്ച ദേഹം, ഉണ്ട മൂക്ക്, വട്ടക്കണ്ണട. 'ഓർമയ്ക്കായൊരു ഫോട്ടോ' എടുക്കാൻ അയാൾ വഴിപോക്കരെ ക്ഷണിക്കും. വേനൽക്കാലങ്ങളിൽ അയാൾ നില്പുറപ്പിക്കുക ഡുവിലിലെ

1. ഒർണനോ ബുളേവാഡ് പാരീസ് നഗരത്തിലെ പതിനെട്ടാം വാർഡിലെ പ്രധാന നഗരപാതയാണ്. 0.78 കിലോമീറ്റർ നീളമുള്ള ഈ ബുളേവാർഡിലേക്ക് ഇരുവശത്തുനിന്നും ഷാംപ്യൊണെ, ഡ്യൂയെം, എർമെയ്ൽ, റോഡുകൾ ചേരുന്നു.

സോളൈ ബാറിനു മുന്നിലായിരിക്കും. അവിടെ കസ്റ്റമേഴ്സിന്റെ തിരക്കായിരിക്കും. ഇവിടെ *ക്ലിങ്ന്യാകൂർ* വാസികൾക്ക് ഫോട്ടോ എടുക്കുന്നതിൽ ഒരു താത്പര്യവും ഉണ്ടായിരുന്നില്ല. ഫോട്ടോഗ്രാഫറുടെ ഓവർകോട്ട് അഴുക്കു പിടിച്ചതായിരുന്നു, ഒരു ഷൂസിൽ തുളയും വീണിരുന്നു..

എനിക്ക് ഓർമയുണ്ട് മറ്റൊരു മധ്യാഹ്നം. 1958 മെയ് മാസം. *ഒർണനോ - ബാർബ് ബുളേവാഡുകൾ* വിജനം, കവലകളിലൊക്കെ സായുധ പൊലീസ്. ആൾജീറിയൻ പ്രശ്നം കൊടുമ്പിരി കൊണ്ട കാലമായിരുന്നു അത്.

1965-ലെ തണുപ്പു കാലത്ത് വീണ്ടും ഞാനാ ചുറ്റുവട്ടത്തെ സ്ഥിരം സന്ദർശകനായി. എന്റെ കൂട്ടുകാരി അവിടെയാണ് താമസിച്ചിരുന്നത്. നമ്പർ 49-20 *ഒർണനോ - ഷാംപ്യണെറ്റ്* റോഡ്.

അപ്പോഴേക്കും പട്ടാളക്ക്യാമ്പിനുമുന്നിലുള്ള തടിയൻ ഫോട്ടോഗ്രാഫർ ജനപ്രവാഹത്തിന്റെ ഒഴുക്കിൽപ്പെട്ട് അപ്രത്യക്ഷനായിക്കാണണം. ഞാൻ ചെന്നു തിരക്കാനൊന്നും പോയില്ല. ആ പട്ടാളക്ക്യാമ്പുകൾ എന്തിനുള്ളതായിരുന്നു? ആരോ പറഞ്ഞു കൊളോണിയൽ സൈന്യത്തെ പാർപ്പിക്കാനുള്ളതായിരുന്നുവെന്ന്.

1965 ജനുവരി. വൈകിട്ട് ആറു മണിയാവുമ്പോഴേക്കും ഇരുട്ടു വീണിരിക്കും. *ഒർണനോ - ഷാംപ്യണെറ്റ്* കവലയിലെ ആ ഇരുട്ടിലേക്ക്, ചുറ്റുവട്ടത്തുള്ള പാതകളിലേക്ക്, ആരോരുമല്ലാത്ത ഞാനും അലിഞ്ഞു ചേർന്നു.

ഒർണനോ ബുളേവാഡ് തുടങ്ങുന്നേടത്ത് വലതുവശത്തായി ഒരു കഫേ ഉണ്ടായിരുന്നു. നിലയ്ക്കാത്ത ധാര എന്നായിരുന്നു പേര്. ഇടതുവശത്ത്, നെ *ബുളേവാഡി*ന്റെ മൂലയ്ക്ക് മറ്റൊന്ന്. അതിലൊരു ജൂക് ബോക്സ് ഉണ്ടായിരുന്നു. *ഒർണനോ-ഷ്യാംപണറ്റ്* റോഡിൽ ഒരു മെഡിക്കൽ ഷോപ്പും ഏതാനും കഫേകളും. *ഒർണനോ-ഡ്യൂയെം* കവലയിലെ കഫേക്കായിരുന്നു കൂടുതൽ കാലപ്പഴക്കം.

ആ കഫേകളിൽ ഞാനെത്ര സമയം ചെലവഴിച്ചിരിക്കുന്നു.... അതിരാവിലെ.... നേരം പുലരുന്നതിനു മുമ്പ്.... ഉച്ചതിരിഞ്ഞ്, സന്ധ്യക്ക്.... രാത്രി ഏറെ വൈകി കഫേയടയ്ക്കും വരെ....

അന്ന് ഞായറാഴ്ച്ച. *ഷാംപ്യണെറ്റ് റോഡിലെ* നഴ്സറി സ്കൂളിനു മുന്നിലായി ഒരു കറുത്ത സ്പോർട്ട്സ് കാർ. ജാഗ്വറാണെന്നു തോന്നി. വിമുക്തഭടൻ, വികലാംഗൻ എന്ന സ്റ്റിക്കറും ഉണ്ടായിരുന്നു. ഈ ചുറ്റുവട്ടത്ത് ഇത്തരമൊരു കാർ? എനിക്ക് അതിശയം തോന്നി. കാറുടമയെ സങ്കല്പിച്ചെടുക്കാൻ ഞാൻ ശ്രമിച്ചു.

രാത്രി ഒമ്പതു മണി കഴിഞ്ഞു *ഒർണനോ ബുളേവാഡ്* വിജനമായിരിക്കുന്നു. സാംപ്ലു മെട്രോ സ്റ്റേഷനിലേയും എതിർവശത്ത് 43 ഒർണനോ സിനിമാ തിയറ്റർ മുഖപ്പിലേയും വിളക്കുകൾ എനിക്കു കാണാം. സിനിമാ

തിയറ്ററിനടുത്തുള്ള കെട്ടിടമാണ്, നമ്പർ 41.[2] ആ കെട്ടിടം ഞാനിതിനു മുമ്പ് ഒരിക്കലും ശ്രദ്ധിച്ചിട്ടില്ല. 1965-68 കാലത്ത് ഈ വഴിക്ക് മാസങ്ങളോളം, വർഷങ്ങളോളം നടന്നു പോയിട്ടുള്ളതാണ്. എന്നിട്ടും? വിവരം അറിയിക്കേണ്ട മേൽവിലാസം *മിസ്റ്റർ & മിസിസ് ബ്രൂഡർ, നമ്പർ 41 ഒർണനോ ബുളേവാഡ്, പാരിസ്.*

ഒന്നിനു പുറകെ ഒന്നായി ദിവസങ്ങൾ. കാലമെത്ര കടന്നു പോയി, ഭൂതകാലത്തേക്ക് തിരിഞ്ഞു നോക്കുമ്പോൾ കാഴ്ചയ്ക്കൊരു മങ്ങൽ. ഒരു തണുപ്പുകാലം മറ്റൊന്നുമായി കെട്ടുപിണഞ്ഞുകിടക്കുന്നു. 1965ലേയും 1942ലേയും.

1965ൽ എനിക്ക് ഡോറാ ബ്രൂഡറെപ്പറ്റി ഒന്നും അറിയില്ലായിരുന്നു. പക്ഷേ ഇന്ന് മുപ്പതു കൊല്ലങ്ങൾ പിന്നിട്ട ശേഷം? അന്ന് ഒർണനോ പരിസരത്തുള്ള കഫേകളിൽ ഞാൻ ചെലവിട്ട നീണ്ട മണിക്കൂറുകൾ, എന്റെ നിത്യേനയുള്ള പതിവുവഴികൾ *മൂൺസൊനീസ്* റോഡിലൂടെ മോമാർട്ര് പരിസരത്തേയും *കൂലാങ്കൂർ* റോഡിലേയും കഫേകൾ, റോമാ, *അൽസിനാ, ടെറാസ്*.... മിന്നിമറയുന്ന ഓർമകൾ. വസന്തകാലത്ത് *ക്ലിന്ന്യാകൂർ* ചത്വരം. മരത്തണലുകൾ, ഉച്ചത്തിലുള്ള സംഭാഷണങ്ങൾ. ശൈത്യകാലത്ത് *ഒർണനോ ബുളെവാഡി*ലേക്കും *സാംപ്ലൂവി*ലേക്കുമുള്ള നടത്തങ്ങൾ. ഇവയൊന്നും യാദൃച്ഛികമായിരുന്നില്ലെന്ന് ഇന്നെനിക്കു തോന്നുന്നു. ഒരു വേള ഞാനറിയാതെത്തന്നെ ഡോറാ ബ്രൂഡറേയും അവളുടെ മാതാപിതാക്കളേയും ഞാൻ തേടുകയായിരുന്നോ? അവരുടെ അദൃശ്യ സാന്നിധ്യം അന്ന് അവിടെ ഉണ്ടായിരുന്നിരിക്കണം.

അതി വിദൂരഭൂതകാലത്തിൽ മുങ്ങിത്തപ്പി തുമ്പുകൾ കണ്ടെത്താൻ ശ്രമിക്കയാണ് ഞാൻ. എനിക്ക് പന്ത്രണ്ടു വയസ്സുള്ളപ്പോൾ അമ്മയോടൊപ്പം *ക്ലിന്ന്യാകൂർ* മാർക്കറ്റിലേക്കു പോയത്. അവിടെ നിരനിരയായുള്ള സ്റ്റാളുകൾ. ഒരു നിരയുടെ വലതു വശത്തായി പോളണ്ടുകാരൻ ജൂതന്റെ സൂട്ട്കേസ് കട. ചീങ്കണ്ണിത്തോലും മറ്റും കൊണ്ടുണ്ടാക്കിയ വിലപിടിച്ച ആഡംബര സൂട്ട്കേസുകൾ, കാൻവാസും കാർഡ്ബോഡും കൊണ്ടുണ്ടാക്കിയ സാധാരണ വക യാത്രയ്ക്കുള്ള കൊച്ചു ബാഗുകൾ, അമേരിക്കൻ കമ്പനികളുടെ പേരെഴുതിയ ട്രങ്കുപെട്ടികൾ... എല്ലാം ഒന്നിനു മുകളിൽ ഒന്നായി അടുക്കി വെച്ചിരിക്കും. മേൽക്കൂര ഇല്ലാത്ത തുറസ്സായ കട. കടയുടമയുടെ ചുണ്ടിന്റെ ഒരു കോണിൽ എപ്പോഴും സിഗററ്റു തൂങ്ങിക്കിടപ്പുണ്ടാകും. ഒരു ദിവസം എന്റെ നേർക്കും നീട്ടി ഒരു സിഗററ്റ്.

ചിലപ്പോഴൊക്കെ. *ഒർണനോ ബുളേവാഡി*ലെ തിയേറ്ററുകളിലൊന്നിൽ ഞാൻ സിനിമ കാണാൻ പോകുമായിരുന്നു. ഒന്നുകിൽ

2. പാശ്ചാത്യർ റോഡിന്റെ ഒരു വശത്തെ കെട്ടിടങ്ങൾക്ക് ഒറ്റ സംഖ്യകളും മറുവശത്തേതിന് ഇരട്ട സംഖ്യകളുമാണ് നല്കാറ്.

ധാരയ്ക്കു തൊട്ടടുത്തുള്ള *ക്ലിഞ്യാകൂർ* പാലസിൽ അതല്ലെങ്കിൽ നമ്പർ 43 ഒർണനോ സിനിമ.

വളരെ പിന്നീടാണ് ഞാനതു കണ്ടുപിടിച്ചത് നമ്പർ 43 ഒർണനോ സിനിമ വളരെയേറെ പഴക്കമുള്ള തിയേറ്ററായിരുന്നെന്ന്. 1930കളിലെപ്പോഴോ ആണത്രെ അത് പുതുക്കിപ്പണിതത്, ഒരു വലിയ കപ്പലിന്റെ ആകൃതിയിൽ. 1996 മെയ് മാസത്തിൽ ഞാൻ വീണ്ടും ആ പരിസരത്തേക്ക് ചെല്ലുകയുണ്ടായി. അപ്പോഴേക്കും തിയറ്ററിനു പകരം അവിടെ ഒരു വലിയ ഷോപ്പ്. അടുത്തുള്ള *എർമെൽ* റോഡിലൂടെ നടന്നാൽ നമ്പർ 41 *ഒർണനോ ബുളേവാഡ്* എന്ന ബഹുനിലക്കെട്ടിടം കാണാം, ഡോറാ ബ്രൂഡറെ കാണ്മാനില്ല എന്ന പരസ്യത്തിലെ അതേ അഡ്രസ്സ്.

ബഹുനിലക്കെട്ടിടമാണ്. പത്തൊമ്പതാം നൂറ്റാണ്ടിലെപ്പോഴോ നിർമിച്ചതാവണം. 39, 41 ഈ രണ്ടു കെട്ടിടങ്ങൾ ഒറ്റക്കെട്ടായി ഒരു മതിൽക്കെട്ടിനകത്താണ് നിലകൊള്ളുന്നത്. ആ മതിൽക്കെട്ടിനെച്ചുറ്റി *ഒർണനോ ബുളെവാഡ്*, *എർമെൽ* റോഡ്, *സാപ്ലൂ* റോഡ്. മുപ്പത്തിയൊമ്പതാം നമ്പർ കെട്ടിടത്തിൽ ഒരു ഫലകമുണ്ട് - കെട്ടിടം നിർമിച്ച ആർകിടെക്റ്റ് പീയ റെഫൂ ആണെന്നും നിർമിച്ച വർഷം 1881 ആണെന്നും. നമ്പർ 41നെ സംബന്ധിച്ചും ഈ വസ്തുതകളൊക്കെ ശരിയായിരിക്കണം.

യുദ്ധത്തിനുമുമ്പ് മുതൽ 1950കളുടെ തുടക്കം വരെ 39ഉം 41ഉം സത്രങ്ങളായിരുന്നത്രെ.[3] 39ന്റെ പേര് ഗോൾഡൻ ലയൺ എന്നായിരുന്നു. അവിടെ ഒരു കഫേയും ഉണ്ടായിരുന്നു. ഉടമസ്ഥന്റെ പേര് ഗസാൽ. നാല്പത്തിയൊന്നാം നമ്പർ കെട്ടിടത്തിന്റെ പേര് എനിക്ക് കണ്ടെത്താനായിട്ടില്ല. ആയിരത്തിത്തൊള്ളായിരത്തി അമ്പതുകളിലെ ഫോൺ ഡയറക്റ്ററിയിൽ ഇങ്ങനെ രേഖപ്പെടുത്തിക്കാണുന്നു. ഒർണനോ ഹോട്ടൽ & സ്റ്റൂഡിയോസ് കമ്പനി, മോൺമാർട്ര് 12-54. അതേ കാലഘട്ടത്തുണ്ടായിരുന്ന മാർഷൽ കഫേയുടെ അഡ്രസ്സും അതുതന്നെ. ആ കഫേ ഇന്നില്ല. പ്രധാന കവാടത്തിന്റെ വലതോ ഇടതോ ഈ കഫേ നിന്നിരുന്നത്?

പ്രധാന കവാടം തുറക്കുന്നത് ഒരു നീണ്ട ഇടനാഴിയിലേക്കാണ്. അങ്ങേയറ്റത്ത് വലതു വശത്തേക്ക് കോണിപ്പടികൾ.

സമയമെടുക്കും. കാലം മായ്ച്ചുകളഞ്ഞതിനെ പുനരുദ്ധരിക്കാൻ സമയമെടുക്കും. ഏതൊക്കേയോ റജിസ്റ്ററുകളിൽ വിവരങ്ങൾ അല്പസ്വല്പമെങ്കിലും അവശേഷിച്ചുകാണും. പക്ഷേ റജിസ്റ്ററുകൾ എവിടെയാണ് ഒളിപ്പിച്ചു വെച്ചിരിക്കുന്നതെന്നോ, ആരുടെ കസ്റ്റഡിയിലാണെന്നോ, അധികാരപ്പെട്ടവർ നിങ്ങളെ അതൊക്കെ കാണാനനുവദിക്കുമെന്നോ ഒന്നും ആർക്കുമറിയില്ല. ഒരു വേള ഇത്തരം റജിസ്റ്ററുകൾ തങ്ങളുടെ

3. സത്രം : പരിമിതമായ സൗകര്യങ്ങൾ മാത്രമുള്ള ഒറ്റമുറി വീടുകൾ ഉൾക്കൊള്ളുന്ന ബഹുനിലകെട്ടിടങ്ങൾ. മുംബായ് നഗരത്തിലെ ചൗളുകൾ പോലെ.

അധീനതയിലുണ്ടെന്ന വസ്തുത തന്നെ അവർക്കറിയില്ലെന്നും വന്നേക്കാം.

എല്ലാത്തിനും വേണ്ടത് ഒരല്പം ക്ഷമയാണ്.

അങ്ങനെയാണ് ഞാനതു കണ്ടെത്തിയത്. 1937-38 കാലത്ത് ഡോറാ ബ്രൂഡറും മാതാപിതാക്കളും *ഒർണനോ ബുളേവാഡി*ലെ 41ആം നമ്പർ കെട്ടിടത്തിലാണ് താമസിച്ചിരുന്നത്. അഞ്ചാം നിലയിൽ ഒറ്റമുറിയും ഒരു കൊച്ചടുക്കളയും. ആ നിലയിൽ രണ്ടു കെട്ടിടങ്ങളേയും ചുറ്റിയുള്ള ഒരു ഇരുമ്പു ബാൽക്കണിയുമുണ്ട്. അഞ്ചാംനിലയിലെ പത്തോളം ജനാലകളിൽ രണ്ടുമൂന്നെണ്ണം *ഒർണനോ ബുളേവാഡി*ലേക്കാണ് തുറക്കുന്നത്. ബാക്കിയുള്ളത് *സാപ്ലൂ* റോഡിലേക്കോ *എർമെൽ* റോഡിലേക്കോ തുറക്കുന്നവ.

1996 മെയ് മാസത്തിൽ ആ പരിസരം സന്ദർശിച്ചപ്പോൾ ഞാനൊരു കാര്യം ശ്രദ്ധിച്ചു. അഞ്ചാം നിലയിൽ സാപ്ലൂ റോഡിലേക്കു തുറക്കുന്ന തുരുമ്പു പിടിച്ച രണ്ടു ജനാലകൾ അടച്ചിട്ടിരിക്കുന്നു. ബാൽക്കണിയിലാണെങ്കിൽ ആരോ എത്രയോ കാലം മുമ്പ് ഉപേക്ഷിച്ചുപോയ സാധാരണ വീട്ടുസാമാനങ്ങൾ.

യുദ്ധത്തിന് മുന്നോ നാലോ കൊല്ലം മുമ്പ് ഡോറാ ബ്രൂഡർ അടുത്തുള്ള ഏതെങ്കിലും സെക്കൻഡറി സ്കൂളിലെ വിദ്യാർഥിനിയായിരുന്നിരിക്കണം. ആ ചുറ്റുവട്ടത്തുള്ള പലേ സ്കൂളുകളിലെ അധികൃതരോടും ഞാനക്കാര്യം എഴുതിച്ചോദിച്ചു. അക്കാലത്തെ അവരുടെ റജിസ്റ്ററുകളിൽ ആ പേര് ഉണ്ടോയെന്ന്. ഫെർഡിനൻഡ്-ഫ്ലോക്കോ റോഡ്, എർമെൽ റോഡ്, ഷാംപ്യൊണെറ്റ് റോഡ്, ക്ലിങ്ക്യാകൂർ റോഡ് അങ്ങനെയങ്ങനെ ആ ചുറ്റുവട്ടത്തുള്ള പല സ്കൂളുകളിലേക്കും ഞാനെഴുതി.

എല്ലായിടത്തുനിന്നും സവിനയം മറുപടി ലഭിച്ചു. യുദ്ധത്തിനു മുമ്പുള്ള റജിസ്റ്ററുകളിൽ അത്തരമൊരു വിദ്യാർഥിനി ഇല്ല. 69 ഷാംപ്യണെറ്റ് റോഡിലെ സ്കൂളധികാരികൾ ഇത്രയും കൂടി കൂട്ടിച്ചേർത്തു, വേണമെങ്കിൽ സ്വയം ചെന്നു റജിസ്റ്ററുകൾ പരിശോധിക്കാമെന്ന്. വേണം. എന്നെങ്കിലുമൊരിക്കൽ അതുമാവാം. പക്ഷേ അതുവേണോ? വേണ്ടയോ? അവിടത്തെ റജിസ്റ്ററിൽ പേരുണ്ടാകുമെന്ന പ്രതീക്ഷയെങ്കിലും ബാക്കി നില്ക്കുമല്ലോ. അതുമതി. അവളുടെ വീടിന് ഏറ്റവും അടുത്തുള്ള സ്കൂളായിരുന്നു അത്.

അവളുടെ ശരിയായ ജനനത്തിയതി കണ്ടെത്താൻ വീണ്ടും നാലു വർഷമെടുത്തു. 26 ഫെബ്രുവരി 1926. ജനനസ്ഥലം കണ്ടുപിടിക്കാൻ വീണ്ടും രണ്ടു വർഷം. വാർഡ് നമ്പർ 12, പാരിസ്. അതിനെന്താ, ഞാൻ ക്ഷമാശീലനാണ്. മഴയത്ത് മണിക്കൂറുകൾ കാത്തുനില്ക്കാൻ എനിക്കു കഴിയും.

1996 ഫെബ്രുവരി. ഒരു വെള്ളിയാഴ്ച്ച ഉച്ചയ്ക്ക് ഞാൻ പന്ത്രണ്ടാം വാർഡിലെ ജനനമരണ റജിസ്റ്റർ ഓഫീസിൽ ചെന്നു. റജിസ്ട്രാർ ചെറുപ്പക്കാരനാണ്. ഒരു ഫോറം കൈയിൽത്തന്നു.

രേഖകൾ ആവശ്യപ്പെടുന്ന വ്യക്തി പൂരിപ്പിക്കേണ്ടത്.

പേര്

വീട്ടു പേര്

അഡ്രസ്സ്

എനിക്ക് താഴെ പറയുന്ന വ്യക്തിയുടെ പൂർണ വിവരങ്ങളടങ്ങിയ ജനന സർട്ടിഫിക്കറ്റ് വേണം

പേര് ഡോറ

കുടുംബപ്പേര് ബ്രൂഡർ

ജനനത്തിയതി 25 ഫെബ്രുവരി 1926.

അപേക്ഷ സമർപ്പിക്കുന്നയാൾ (ശരിയായ വിവരം ടിക്കു ചെയ്യുക)

പരാമർശിക്കപ്പെട്ട വ്യക്തി

പരാമർശിക്കപ്പെട്ട വ്യക്തിയുടെ

മാതാവ്/ പിതാവ്

മകൻ/ മകൾ

ഭർത്താവ്/ ഭാര്യ

നിയമമോപദേഷ്ടാവ്

പവർ ഓഫ് അറ്റോണിയുണ്ടെങ്കിൽ തിരിച്ചറിയൽ കാർഡ്

ഇവർക്കല്ലാതെ മറ്റാർക്കും ജനന സർട്ടിഫിക്കറ്റിന്റെ പകർപ്പ് നല്കപ്പെടുന്നതല്ല.

ഞാൻ ഫോറം പൂരിപ്പിച്ച് റജിസ്ട്രാർക്കു നല്കി. അതു വായിച്ചു നോക്കിയിട്ട് അയാൾ നിസ്സഹായത പ്രകടിപ്പിച്ചു. പരാമർശിക്കപ്പെട്ട വ്യക്തിയുമായി നിയമദൃഷ്ട്യാ എനിക്ക് യാതൊരു വിധ ബന്ധവുമില്ല. ജനന സർട്ടിഫിക്കറ്റ് തരാനാവില്ല.

ലജ്ജാവഹമായ രഹസ്യങ്ങൾ മറഞ്ഞുകിടക്കുന്ന വിസ്മൃത കാലത്തിന് ജാഗരൂകതയോടെ കാവൽ നിൽക്കുന്നവൻ. അതായിരുന്നു യുവറജിസ്ട്രാറെപ്പറ്റി എനിക്ക് ആദ്യം തോന്നിയത്. എന്നോ മൺ മറഞ്ഞുപോയ ഒരു വ്യക്തിയുടെ തുച്ഛമായ അവശിഷ്ടങ്ങൾ കണ്ടെടുക്കാനാണെങ്കിൽ പോലും അകത്തേക്ക് ആരേയും കടത്തിവിടില്ലെന്നു നിർബന്ധം പിടിക്കുന്നവൻ. പക്ഷേ അയാൾ മര്യാദക്കാരനായിരുന്നു. ബന്ധപ്പെട്ട കോടതി അധികാരികളെ സമീപിച്ച് പ്രത്യേകാനുമതി വാങ്ങിക്കൊണ്ടുവരാൻ എന്നെ ഉപദേശിച്ചു. സുപരിൻഡെന്റ് ഓഫ്

റജിസ്ട്രാർ, സെക്ഷൻ 3, അഞ്ചാം നില, അഞ്ചാം കോണി, റൂം നമ്പർ 501. പ്രവർത്തന സമയം തിങ്കൾ മുതൽ വെള്ളി, ഉച്ചതിരിഞ്ഞ് 2 മുതൽ 4 വരെ.

ഭീമാകാരൻ ഇരുമ്പു ഗെയിറ്റിലൂടെ കോടതിവളപ്പിലേക്കു കടക്കാൻ തുടങ്ങിയപ്പോൾ ഗാർഡ് മറ്റൊന്നു ചൂണ്ടിക്കാട്ടി. തൊട്ടടുത്തുള്ള പള്ളിയിലൂടെയാണ് പ്രവേശനം. അവിടെയാണെങ്കിൽ ഉത്സുകതയോടെ കാത്തുനിൽക്കുന്ന വിനോദസഞ്ചാരികളുടെ നീണ്ട ക്യൂ. ക്യൂ മറികടക്കാൻ ശ്രമിച്ചതു നടന്നില്ല. മറ്റൊരു ഗാർഡ് അക്ഷമയോടെ ആംഗ്യം കാട്ടി, ക്യൂവിൽ കയറി നില്ക്കാൻ.

അകത്തേക്കു കടക്കാൻ റൂളും റെഗുലേഷനുമൊക്കെയുണ്ട്. ദേഹപരിശോധനയ്ക്കായി ഗ്ലാസുകൂടിനുള്ളിൽ കയറും മുമ്പ് ലോഹസാമാനങ്ങളൊക്കെ കൺവെയർ ബെൽറ്റിൽ വെക്കണം. ഞാനൊന്നു മടിച്ചു. ഒരു താക്കോൽക്കൂട്ടമല്ലാതെ എന്റെ കൈവശം മറ്റൊന്നുമില്ലായിരുന്നു. എന്റെ പരുങ്ങൽ കണ്ടിട്ടാവാം ഗാർഡിന് ശുണ്ഠി വന്നു. അയാളാരായിരുന്നു, പൊലീസുകാരനോ അതോ ഡിറ്റക്ടീവോ? ജയിലിലേക്കു പ്രവേശിക്കുന്നതിനു മുമ്പ് ചെയ്യുംപോലെ ഷൂലേസുകളും ബെൽറ്റും, പഴ്സും എല്ലാം അടിയറ വെക്കേണ്ടതുണ്ടോ എന്തോ.

ഒരു നടുമിറ്റവും ഒരിടനാഴിയും കടന്ന് ഞാനെത്തിയത് ഒരു നടുത്തളത്തിലാണ്. എന്തൊരാൾക്കൂട്ടം. കൈയിൽ കറുത്ത ബ്രീഫ്കേസുമായി സ്ത്രീകളും പുരുഷന്മാരും തിക്കിത്തിരക്കുന്നു. ചിലർക്ക് വക്കീലന്മാരുടെ വേഷം. അഞ്ചാം നമ്പർ പടിക്കെട്ട് എവിടെയെന്ന് അവരോടു ചോദിക്കാനുള്ള ധൈര്യം എനിക്കുണ്ടായിരുന്നില്ല.

ഒരു കോണിലായി മേശയും കസേരയുമിട്ടിരുന്ന മറ്റൊരു ഗാർഡ് നിർദ്ദേശിച്ചു തളത്തിന്റെ പിന്നിലേക്കു പോകാൻ. ഞാൻ ചെന്നെത്തിയതോ അതിവിശാലവും വിജനവുമായ മറ്റൊരു തളത്തിലേക്കാണ്. അങ്ങുയരത്തിൽ സ്ഥിതിചെയ്യുന്ന ജനാലകളിലൂടെ അരണ്ട വെളിച്ചം അകത്തേക്ക് അരിച്ചിറങ്ങുന്നു. ഞാനവിടെ തലങ്ങും വിലങ്ങും നടന്നു. അഞ്ചാം നമ്പർ കോണി കണ്ടെത്താനായില്ല. വല്ലാത്തൊരുൾക്കിടിലം, തല ചുറ്റുന്നു. ദുഃസ്വപ്നങ്ങളിൽ കാണുന്നപോലെ സ്റ്റേഷനിലെത്താനാകുന്നില്ല, ട്രെയിനിതാ പോവുകയായി.

ഇരുപതു കൊല്ലം മുമ്പ് എനിക്ക് ഇതേവിധം ഒരനുഭവമുണ്ടായിട്ടുണ്ട്. അച്ഛൻ ആശുപത്രിയിലാണെന്നറിഞ്ഞ് കാണാൻ ചെന്നതായിരുന്നു. കൗമാരപ്രായം കഴിഞ്ഞശേഷം ഞാനച്ഛനെ കണ്ടിട്ടേയില്ല. അതുകൊണ്ട് ചെന്നൊന്നു കാണാമെന്നു കരുതി.

പൊതുജനങ്ങൾക്കായുള്ള അതിവിശാലമായ *പിറ്റിസാപിട്രിയേ* ആശുപത്രി വളപ്പ്. മണിക്കൂറുകളോളം അതിനകത്ത് അച്ഛനേയും തേടി തലങ്ങും വിലങ്ങും നടന്നത് ഓർമയുണ്ട്. പഴഞ്ചൻ കെട്ടിടങ്ങൾ,

നിരനിരയായി ബെഡ്ഡുകളിട്ടിരിക്കുന്ന ജനറൽ വാർഡുകൾ. നഴ്സുകളാണെങ്കിൽ പരസ്പരവിരുദ്ധമായ മാർഗനിർദ്ദേശങ്ങളാണ് തന്നത്. അച്ഛനവിടെ ഉണ്ടോ എന്നു പോലും എനിക്കു സംശയമായി. എത്ര തവണയാണ് പ്രൗഢഗംഭീരമായ പള്ളിയുടേയും മറ്റു കെട്ടിടങ്ങളുടേയും മുന്നിലൂടെ ഞാൻ കടന്നുപോയത്! പതിനേഴാം നൂറ്റാണ്ടിലേതു പോലെത്തന്നെ. ഒരു മാറ്റവും സംഭവിച്ചിട്ടില്ല. അന്നെനിക്കോർമ വന്നത് മാനൺ ലെസ്കുവിനേയാണ്.[4] ആ കാലഘട്ടത്തിൽ പൊതു ആശുപത്രിയെന്നായിരുന്നു പേരെങ്കിലും സത്യത്തിൽ അതൊരു തടങ്കൽ പാളയമായിരുന്നു. ലൂസിയാനയിലേക്ക് നാടുകടത്താനുള്ള വേശ്യകളെ തടവിൽ പാർപ്പിക്കുന്ന സ്ഥലം. കല്ലു പാകിയ ആശുപത്രി വളപ്പിലൂടെ നേരം ഇരുട്ടും വരെ ഞാൻ നടന്നു. അച്ഛനെ കണ്ടെത്തുക അസാധ്യമായിരുന്നു. പിന്നെ അച്ഛനെ ഒരിക്കലും കണ്ടിട്ടില്ല.

പക്ഷേ അഞ്ചാം നമ്പർ കോണി അവസാനം ഞാൻ കണ്ടുപിടിക്കുക തന്നെ ചെയ്തു. അഞ്ചാം നിലയിലേക്കെത്തിയപ്പോൾ അവിടേയും നിര നിരയായി ഓഫീസു മുറികൾ. ആരോ എനിക്ക് റൂം നമ്പർ 501 കാണിച്ചു തന്നു. പ്രകടമായ മടുപ്പോടെ ഒരു സ്ത്രീ അന്വേഷിച്ചു എന്തു വേണമെന്ന്.

വളച്ചുകെട്ടില്ലാതെ അവർ പറഞ്ഞു, ജനനസർട്ടിഫിക്കറ്റിന്റെ പകർപ്പു കിട്ടണമെങ്കിൽ പബ്ലിക് പ്രോസിക്യൂട്ടർക്ക് അപേക്ഷ നല്കണം. പബ്ലിക് പ്രോസിക്യൂട്ടർ ഡിപാർട്ട്മെന്റ് ബി, 14 ക്വായിദെദെസ്ഫേവ്ര, പാരിസ് 3. മൂന്നാഴ്ച കഴിഞ്ഞപ്പോൾ എനിക്ക് മറുപടി ലഭിച്ചു.

ജനന സമയം രാവിലെ 9 മ. 10 മി. ഫെബ്രുവരി 25, 1926, പെൺകുഞ്ഞ്,

പേര് ഡോറാ ബ്രൂഡർ

ജനനസ്ഥലം 15, സോടേർ റോഡ്...

അച്ഛൻ ഏണസ്റ്റ് ബ്രൂഡർ ദിവസപ്പണി, (ജനനം 21 മെയ് 1899, വിയന്ന, ഓസ്ട്രിയ,)

അമ്മ സെസിൽ ബുദേജ് (വീട്ടമ്മ, ജനനം 17 ഏപ്രിൽ 1907 ബുഡാപെസ്റ്റ് (ഹംഗറി))

മേൽവിലാസം 2 അവെന്യു ലീഗിയേഡ്, സെവ്രാ.

റജിസ്റ്റർ ചെയ്തത് ഉച്ചയ്ക്ക് 3.30, 27 ഫെബ്രുവരി 1926.

സാക്ഷി ഗസ്പാഡ് മെയർ വയസ്സ് 73.

ജോലിയും താമസവും 76 പിക്പസ് റോഡ്. (ജനനസമയത്ത് ഉണ്ടായിരുന്നു.)

ഒപ്പ് ഗില്ലോം റോസ്സി (അധികാരി), വാർഡ് നമ്പർ 12, പാരിസ്.

---

4. മാനോൻ ലെസ്കൂ : 1731ൽ പ്രസിദ്ധീകരിച്ച L'Histoire du chevalier des Grieux et de Manon Lescaut എന്ന ഫ്രഞ്ചു നോവലിലെ നായിക. ഫ്രാൻസിലും അമേരിക്കയിലെ ഫ്രഞ്ചു കോളണി ലൂസിയാനയിലുമായിട്ടാണ് കഥ നടക്കുന്നത്.

15, സോടേർ റോഡ് എന്നത് റോത്സ്ചൈൽഡ് ആശുപത്രിയുടെ അഡ്രസ്സാണ്. ഫ്രാൻസിലേക്ക് പ്രവാസികളായെത്തിയ ദരിദ്രജൂത കുടുംബങ്ങളിലെ ശിശുക്കൾ, ഡോറയെപ്പോലുള്ളവർ, ആ ആശുപത്രിയിലെ പ്രസവവാർഡിലായിരുന്നു പിറന്നു വീഴാറ്. 1926 ഫെബ്രുവരി 25, വ്യാഴാഴ്ച്ചയാണ്. ഏണസ്റ്റ് ബ്രൂഡർക്ക് പണിസ്ഥലത്തുനിന്ന് ഒഴിവു കിട്ടിയിട്ടുണ്ടാവില്ല. അതുകാരണമാവും മകളുടെ ജനനം രേഖപ്പെടുത്താൻ റജിസ്ട്രാഫീസിലേക്ക് സ്വയം വരാഞ്ഞത്. പകരക്കാരനായി എത്തി ഒപ്പിട്ട ഗസ്പാഡ് മെയെറിന്റെ വിവരങ്ങളും ഏതെങ്കിലും റെജിസ്റ്ററിൽ കാണും. അയാളുടെ ജോലിയും താമസവും 76, പിക്പസ് റോഡ് എന്നാണെഴുതീട്ടുള്ളത്. അത് റോത്സ്ചൈൽഡ് അഭയകേന്ദ്രത്തിന്റെ അഡ്രസ്സാണ്. അഗതികൾക്കും വൃദ്ധർക്കുമായുള്ള അഗതി മന്ദിരം.

1926 ഫെബ്രുവരിക്കുശേഷം സെവ്രാ പരിസരത്ത് ഡോറാ ബ്രൂഡറേയും മാതാപിതാക്കളേയും പറ്റിയുള്ള വിവരങ്ങൾ തേഞ്ഞുമാഞ്ഞു പോയിരിക്കുന്നു. പാരീസ് നഗരപരിധിക്കു പുറത്ത് പത്തു മൈലകലെ ഊക്ക് കനാലിന് വടക്കുകിഴക്കായിട്ടാണ് സെവ്രാ. ഒരു ദിവസം ഞാനവിടം സന്ദർശിക്കും. പക്ഷേ എനിക്കാശങ്കയുണ്ട് – മറ്റെല്ലാ പ്രദേശങ്ങളേയും പോലെ ഈ ചുറ്റുവട്ടവും തിരിച്ചറിയാനാകാത്ത വിധം മാറിപ്പോയിരിക്കും. അന്നവിടെ ഉണ്ടായിരുന്ന ചില സ്ഥാപനങ്ങളെപ്പറ്റി ഞാനന്വേഷിച്ചറിഞ്ഞിട്ടുണ്ട്. ലീഗിയേഡ് അവെന്യുവിലെ ഇരുപത്തിനാലാം നമ്പർ കെട്ടിടമായിരുന്നു ഫ്രെയിൻവിൽ ട്രൈയാനൺ. ഇതൊരു സിനിമാ ഹാളായിരുന്നോ അതോ കഫേ ആയിരുന്നോ എന്നെനിക്കറിയില്ല. മുപ്പത്തിയൊന്നാം നമ്പറിൽ വൈൻ ഷോപ്പായിരുന്നു. 30ൽ പ്ലാറ്റെ എന്ന മരുന്നു കടയും 9ൽ ഡോക്റ്റർ ജോറന്റും.

പാരിസിൽ നിന്ന് പത്തു മൈലകലെയുള്ള സെവ്രാ, ലിവ്രിഗ്രാ, ഓനേസൂവോയ് ജനപദങ്ങളിലൂടെ കടന്നുപോകുന്ന ലിഗിയേഡ് അവെന്യൂ. പത്തൊമ്പതാം ശതകത്തിന്റെ തുടക്കത്തിൽ സെവ്രായിൽ വെസ്റ്റിംഗ് ഹൗസ് ഫ്രെയിൻ ഫാക്റ്ററി[5] സ്ഥാപിതമായി. ഫാക്ടറിക്കു ചുറ്റുമുള്ള പ്രദേശത്തിന് ഫ്രെയിൻവിൽ എന്ന് പേരു വീണു. അവിടം തൊഴിലാളികളുടെ വാസസ്ഥലമായി. ആയിരത്തിത്തൊള്ളായിരത്തി മുപ്പതുകളിൽ ഫ്രെയിൻവിൽ സ്വയംഭരണം നേടിയെടുക്കാൻ ശ്രമിച്ചു, പക്ഷേ വിജയിച്ചില്ല. എന്നാലും ഫ്രെയിൻവിലിന് അതേപേരിൽ പുതിയ റെയിൽവേ സ്റ്റേഷൻ ലഭിച്ചു.

1926ലെ തണുപ്പുകാലത്ത് ഏണസ്റ്റ് ബ്രൂഡർ നിശ്ചയമായും ഫ്രെയിൻ ഫാക്റ്ററിയിലെ തൊഴിലാളിയായിരുന്നിരിക്കണം.

5. ഫ്രെയിൻ എന്ന ഫ്രഞ്ചു പദത്തിന് brake എന്നാണർഥം.

ഏണസ്റ്റ് ബ്രൂഡർ. ജനനം 21 മെയ് 1899, വിയന്ന, ഓസ്ട്രിയ. കുട്ടിക്കാലം വിയന്നയിലെ ലിയോപാൾഡ്സ്റ്റാറ്റ് ജൂതക്കോളണിയിലാവും ചെലവഴിച്ചിരിക്കുക. അയാളുടെ അച്ഛനമ്മമാർ ഗലീഷ്യയിൽനിന്നോ, ബൊഹീമിയയിൽനിന്നോ, മൊറാവിയയിൽ നിന്നോ വന്നെത്തിയവരാവണം. വിയന്നയിലെ ജൂതന്മാരിൽ ഭൂരിഭാഗവും അത്തരക്കാരായിരുന്നു. ആസ്ട്രോ-ഹംഗേറിയൻ സാമ്രാജ്യത്തിന്റെ കിഴക്കൻ പ്രവിശ്യകളിൽ നിന്നു കുടിയേറിയവർ.

എന്റെ ഇരുപതാം പിറന്നാൾ. 1965ൽ വിയന്നയിൽ വെച്ചാണ് ഞാനതാഘോഷിച്ചത്, പാരിസിലെ ക്ലിങ്ന്യാകൂർ പരിസരങ്ങൾ സന്ദർശിക്കാൻ തുടങ്ങിയ കാലവും അതുതന്നെയായിരുന്നു. സെയിൻറ് ചാൾസ് പള്ളിക്കു പുറകിൽ ഡാബ്ഷ്റ്റുമ്മെഗാസ്സ്. ആദ്യത്തെ ഏതാനും രാത്രികൾ റെയിൽവേ സ്റ്റേഷനടുത്തുള്ള തരംതാണ ഹോട്ടലിലാണ് കഴിച്ചു കൂട്ടിയത്. സീവ്രിംഗിലേയും ഗ്രിൻസിംഗിലേയും പാർക്കുകളിൽ ചെലവിട്ട സംഗീതമയമായ വേനൽക്കാല സായാഹ്നങ്ങൾ എന്റെ ഓർമയിലുണ്ട്. ഹെയിലിംഗെൻസ്റ്റാറ്റിനു സമീപത്ത് പൂന്തോട്ടത്തിനു നടുവിൽ ഒരു കൊച്ചു ഷെഡ്. ജൂലൈ മാസം. വാരാന്ത്യങ്ങളിൽ എല്ലാ ഷോപ്പുകളും അടച്ചിരിക്കും. ഹാവെൽകാ കഫേ പോലും. നഗരം വിജനമായിരുന്നു. പോട്സലൈൻഡോർഫ് വരെ നഗരത്തിനകത്ത് കുറുകേയും വിലങ്ങനേയും കിടന്നിരുന്ന ട്രാം പാളങ്ങൾ വെയിലേറ്റു തിളങ്ങി.

എന്നെങ്കിലും ഒരു നാൾ ഞാൻ വിയന്നയിലേക്കു വീണ്ടുമൊരിക്കൽ തിരിച്ചു ചെല്ലും. മുപ്പതു കൊല്ലമായി ഞാനാ നഗരം കണ്ടിട്ട്. ഒരു വേള, ജൂതച്ചേരിയിലെ റെജിസ്ട്രാഫീസിൽ നിന്ന്. ഏണസ്റ്റ് ബ്രൂഡറുടെ ജനനസർട്ടിഫിക്കറ്റ് കണ്ടെടുക്കാനായെന്നു വരും. അയാളുടെ അച്ഛന്റേയും അമ്മയുടേയും പേരും, ജന്മസ്ഥലവും തൊഴിലും അറിയാനാവും. വിയന്നയിൽ അവരെവിടെയാണ് താമസിച്ചതെന്നു കണ്ടെടുക്കാനാകും. രണ്ടാം വാർഡിൽ സ്റ്റേഷനും പ്രേറ്റർ പാർക്കിനും ഡാന്യൂബിനും ഇടക്കുള്ള എവിടെയോ ഒരിടത്ത്.

കുട്ടിക്കാലത്തും കൗമാരാവസ്ഥയിലും ഏണസ്റ്റ് ബ്രൂഡർ ആ പരിസരവുമായി പരിചയം സ്ഥാപിച്ചിരിക്കണം. അവിടത്തെ കഫേകൾ,

തിയേറ്ററുകൾ, ബുഡാപെസ്റ്റർ എന്ന വിഖ്യാത ജൂതനാടകക്കമ്പനി, സ്വീഡൻ ബ്രിഡ്ജ്, ടാബ്രോസ്റ്റ്രാസ്സിനടുത്തുള്ള കമ്പോളങ്ങൾ, കാർമ ലൈറ്റ് മാർക്കറ്റ്.

1919ൽ ഇരുപതുകാരനായ ഏണസ്റ്റ് ബ്രൂഡറുടെ ജീവിതം 1965ൽ ഇരുപതുകാരനായ എനിക്കനുഭവപ്പെട്ടതിനേക്കാൾ ദുരിത പൂർണ മായിരുന്നിരിക്കണം. ഓസ്ട്രിയൻ സാമ്രാജ്യത്തിന്റെ തുടരെത്തുടരെയുള്ള സൈനിക പരാജയങ്ങൾ, *ഗലീഷ്യ*യിൽ നിന്നും *ബുകോവിന*യിൽ നിന്നും *ഉക്രെയി*നിൽ നിന്നുമായി ഒഴുകിയെത്തിയ ആയിരക്കണക്കിന് അഭയാർഥികൾ അടിഞ്ഞുകൂടിയത് റെയിവേസ്റ്റേഷന്റെ പരിസരത്തുള്ള ചേരികളിലേക്കാകണം. *ഓസ്ട്രിയൻ* സാമ്രാജ്യത്തിന്റെ തകർച്ച, ആലംബഹീനയായ *വിയന്ന* നഗരം. അടഞ്ഞുകിടക്കുന്ന വാതിലുകൾ. തൊഴിൽ തേടിയലയുന്ന അസംഖ്യം ചെറുപ്പക്കാരിൽ ഒരാളായിരു ന്നിരിക്കും ഏണസ്റ്റ് ബ്രൂഡറും.

അതോ, കിഴക്കു നിന്നെത്തിയ അഭയാർഥികളോളം ദരിദ്രരായി രുന്നില്ല ഏണസ്റ്റിന്റെ അച്ഛനമ്മമാർ എന്നും വരരുതോ? അച്ഛന് ഒരു വേള പലചരക്കുകടയോ മറ്റോ ഉണ്ടായിരുന്നിരിക്കാം. ഇതൊക്കെ അറിയാ നെന്തു വഴി?

പാരീസീൽ യുദ്ധസംബന്ധിയായ രേഖകൾ സൂക്ഷിക്കുന്ന വിഭാഗ ത്തിൽ ഞാനൊരു വിവരം കണ്ടെത്തി. അനേകായിരം സൂചികാ കാർഡു കളുടെ ശേഖരം. ജർമൻവാഴ്ചക്കാലത്ത് ജൂതന്മാരെ സൗകര്യപൂർവ്വം വളഞ്ഞുപിടിക്കാനായി എഴുതിയുണ്ടാക്കിയ തിരിച്ചറിയൽ കാർഡുകൾ. ഏണസ്റ്റ് ബ്രൂഡറുടെ പേരുണ്ട്. ഫ്രഞ്ചു വിദേശ സൈന്യം, രണ്ടാം തരം എന്നെഴുതിയിരിക്കുന്നു. അതായത് ഏണസ്റ്റ് ബ്രൂഡർ ഫ്രഞ്ചു വിദേശ സൈന്യത്തിൽ ചേർന്നു. പക്ഷേ 1919ലോ അതോ 1920–ലോ അതു കൃത്യമായി അറിയാനാകുന്നില്ല.

പട്ടാളസേവനം പൊതുവേ അഞ്ചു വർഷത്തേക്കാണ്. അന്നൊക്കെ ഫ്രഞ്ചു വിദേശസൈന്യത്തിൽ ചേരാൻ ഫ്രാൻസിലേക്കു വരണമെന്നില്ല. അതതു രാജ്യങ്ങളിലെ ഫ്രഞ്ചു കോൺസുലേറ്റിൽ ചെന്നാൽ മതി. ഏണസ്റ്റ് ബ്രൂഡർ വിയന്നയിലെ ഫ്രഞ്ച് കോൺസുലേറ്റിൽ ചെന്ന താവുമോ? അതോ അതിനകം അയാൾ ഫ്രാൻസിലെത്തിയിരുന്നോ?. അതെന്തായാലും തന്നെപ്പോലുള്ള അനേകായിരം ജർമൻ, ഓസ്ട്രിയൻ യുവാക്കളോടൊപ്പം *ബെഫോട്ടിലേ*യോ *നാൻസിയിലേ*യോ പട്ടാള പ്പരിശീലനക്ക്യാമ്പിലെത്തിയിരിക്കും. പരിശീലനം കുട്ടിക്കളി യല്ലെന്നറിഞ്ഞിരിക്കും. അവിടന്ന് മാർസെയിലിലെ *സാനികോളസ്* കോട്ടയിലേക്ക്. അവിടത്തെ കാര്യം പൂർവ്വാധികം കഷ്ടം. പിന്നെ ആഫ്രി ക്കൻ കോളനികളിലേക്ക്. മോറോക്കോയിൽ മുപ്പതിനായിരത്തോളം സൈനികരുടെ കുറവുണ്ടായിരുന്നു.

ഏണസ്റ്റ് ബ്രൂഡറുടെ സൈനികസേവനം സങ്കല്പിച്ചെടുക്കാൻ ശ്രമിക്കയാണ് ഞാൻ. ആൾജീറിയയിലെ *സിദിബെൽ അബ്ബെസ്സി* ലെത്തിയതും എല്ലാവർക്കും മുൻകൂർ ശമ്പളം കിട്ടിക്കാണും. ഭൂരിഭാഗം പട്ടാളക്കാരും ജർമൻകാർ, റഷ്യക്കാർ, ഓസ്ട്രിയക്കാർ, റുമാനിയക്കാർ ബൾഗേറിയക്കാർ കടുത്ത ദാരിദ്ര്യത്തിലാണ്. ഓർക്കാപ്പുറത്ത് നിധി കിട്ടിയപോലെ. അവർക്കു വിശ്വസിക്കാനാകുന്നില്ല. ധൃതിയിൽ നോട്ടുകൾ കീശയിൽ കുത്തിത്തിരുകിയിരിക്കും. അഥവാ അധികാരികൾ തിരിച്ചു ചോദിച്ചാലോ. പിന്നെയാണ് കടുത്ത പരിശീലനം. മണലാരണ്യത്തി ലൂടെയുള്ള നീണ്ടു നീണ്ടു പോകുന്ന ഓട്ടം, കവാത്ത്, ... മുകളിൽ ഈയത്തകിടു പോലെ പോലെ ജ്വലിച്ചുരുകി നിൽക്കുന്ന ആഫ്രിക്കൻ സൂര്യൻ. ഏണസ്റ്റ് ബ്രൂഡറെപ്പോലെ മധ്യയൂറോപ്പിൽ നിന്നു വന്ന അർദ്ധപട്ടിണിക്കാർക്ക് ഇതൊരു നരകയാതനയാണ്.

മെക്നെസ്, ഫെസ് മാറാകേഷ് പട്ടാളത്താവളങ്ങൾ. മോറോക്കോ യിലെ ഇനിയും മെരുങ്ങാൻ കൂട്ടാക്കാത്ത ഭൂഭാഗങ്ങളെ കീഴ്പെടുത്തുക യാണവരുടെ ദൗത്യം.

ഏപ്രിൽ 1920 *ബെക്രിറ്റി*ലും *റാസ്ടാർച്ച*യിലും സംഘട്ടനങ്ങൾ. ജൂൺ 1921 കേണൽ ലാംബെർട്ടിന്റെ ബറ്റാലിയനിൽ ഹയാൻ *ജെബെലി*ലേക്ക്. മാച്ച് 1922 കാപ്റ്റൻ റോത്തിന്റെ കീഴിൽ *ചൗഫെച്ചെർഗി*ലേക്ക്. മേയ് 1922 നിക്കളെസിന്റെ ബറ്റാലിയനിൽ *ടിസി അഡ്നി* സംഘട്ടനം. ഏപ്രിൽ 1923 *അർബാല*യിലും *ടാസ*യിലും സംഘട്ടനങ്ങൾ. മേയ് 1923 *ടാലന്റ് ബാബ്ബ്രിഡാ* പിടിച്ചെടുക്കാനുള്ള *നേഗ്ലിൻ* ബറ്റാലിയന്റെ പൊരിഞ്ഞ യുദ്ധം. മേയ് 26ന് രാത്രി അപ്രതീക്ഷിതമായ ആക്രമണത്തിലൂടെ *നേഗ്ലി* ബറ്റാലിയൻ *ഇച്ചെന്ഡിട്ട്* കീഴ്പെടുത്തുന്നു. ജൂൺ 1923 ടാദൗട്ടിലെ സംഘർഷം. ഫ്രഞ്ചു പട പട്ടാളഭേരി മുഴക്കി ത്രിവർണ പതാക ഉയർത്തുന്നു. ഔദ്അതിയ യുദ്ധം. ബരിയേർ ബറ്റാലിയൻ രണ്ടു തവണ ബയണറ്റാക്രമണം നടത്തുന്നു. *ബൌഖമോജി*ലെ മലനിരകളിൽ ഫ്രഞ്ചു സൈന്യം ആസ്ഥാനമുറപ്പിക്കുന്നു. ഇനി എമേഴ്സ് ഉൾക്കടലിൽ ആധിപത്യം സ്ഥാപിക്കണം. ജൂലൈ 1923 *ഇമ്മൗസ്* പീഠഭൂമിയിലെ കനത്ത പോരാട്ടങ്ങൾ. *കാറ്റി, ബുഷെന്സ്ഷസ്, സുസിനി, ജനൌഡെറ്റ്* ബറ്റാലിയനുകൾ യുദ്ധഭൂമിയിൽ. ഓഗസ്റ്റ് 1923 *ഔദ് ടാംഗ്ലിറ്റ്* യുദ്ധം.

രാത്രികാലങ്ങളിൽ, കല്ലും മണലും നിറഞ്ഞ ആ വരണ്ട ഭൂപ്രദേശത്ത് കിടന്നുകൊണ്ട് ഏണസ്റ്റ് ബ്രൂഡർ വിയന്നയെ, ജന്മ നഗരിയെ, അവിടത്തെ നടപ്പാതകളെ, തണൽമരങ്ങളെ സ്വപ്നം കണ്ടിരിക്കുമോ? ഏണസ്റ്റ് ബ്രൂഡറുടെ ഫയലിൽ ഫ്രഞ്ചു വിദേശ സൈന്യം രണ്ടാം തരം എന്നു മാത്രമല്ല 100 ശതമാനം വികലാംഗൻ എന്നും എഴുതിയിട്ടുണ്ട്. ഏതു യുദ്ധത്തിലാവും ഏണസ്റ്റ് ബ്രൂഡർക്ക് പരിക്കേറ്റിരിക്കുക?

ഇരുപത്തിയഞ്ചു വയസ്സിൽ അയാൾ പാരിസ് നഗരവീഥികളിലെത്തി. പരിക്കേറ്റതു കാരണം പട്ടാളത്തിൽ നിന്ന് പിരിഞ്ഞു പോന്നതാവാം, പിരിച്ചുവിട്ടതാവാം.. ഇതേപ്പറ്റി ആരോടെങ്കിലും സംസാരിച്ചിട്ടുണ്ടാവുമോ? ആർക്കാണിതിലിത്ര താത്പര്യം? എന്തായാലും പട്ടാളത്തിൽ നിന്ന് വികലാംഗ പെൻഷൻ കിട്ടിയിരിക്കാനിടയില്ല. കാരണം അയാൾക്ക് ഫ്രഞ്ചു പൗരത്വം നല്കപ്പെട്ടില്ല. ഏണസ്റ്റ് ബ്രൂഡറുടെ അംഗവൈകല്യത്തെക്കുറിച്ച് ഒരേയൊരിടത്തു മാത്രമേ പരാമർശിക്കപ്പെട്ടിട്ടുള്ളൂ. നാസിഅധിനിവേശക്കാലത്ത് പാരിസിലെ ജൂതന്മാരെ വളഞ്ഞു പിടിക്കാൻ തയ്യാറാക്കിയ റെജിസ്റ്ററിൽ.

1924ൽ ഏണസ്റ്റ് ബ്രൂഡർ പതിനാറുകാരിയായ സെസിൽ ബുർദേജിനെ വിവാഹം കഴിച്ചു. പതിനെട്ടാം വാർഡിലെ ഷുൾഷോഫാ ചുറ്റുവട്ടത്തിലുള്ള ടൗൺഹോളിൽ വെച്ചായിരുന്നു വിവാഹം.

1924, ഏപ്രിൽ 12 ഏണസ്റ്റ് ബ്രൂഡർ(ഇരുപത്തിനാലു വയസ്സ് ജനനം 21 മെയ് 1899 വിയന്ന, ഓസ്ട്രിയ. മേൽവിലാസം നമ്പർ 17, ബാഷ്ലെറ്റ് റോഡ്, പാരിസ് അച്ഛൻ പരേതനായ ജാകോബ് ബ്രൂഡർ, അമ്മ അഡെൽ വഷിറ്റ്സ് (ആദ്യഭർത്താവ്))സെസിൽ ബുർദേജ് (പതിനാറു വയസ്സ് തുന്നൽപ്പണിക്കാരി, ജനനം ഏപ്രിൽ 17, 1907 ബുഡാപെസ്റ്റ്, ഹംഗറി, അച്ഛൻ എറിക്കൽ ബുർദേജ്, (ടെയ്ലർ) അമ്മ ഡിന്ചാ കുട്ടിനീ, മേൽ വിലാസം നമ്പർ 17, ബാഷ്ലെറ്റ് റോഡ്, പാരിസ്) ഇവരിരുവരും രാവിലെ പതിനൊന്ന് ഇരുപത്തിയെട്ടിന് നഗരസഭാമന്ദിരത്തിൽ ഹാജരായി ഭാര്യാഭർത്താക്കന്മാരായി ഒപ്പിട്ടു.

ഓസ്കാർ വാൽഡ്മാൻ പ്രതിനിധി, 56 ലബാത് റോഡ്, സൈമൺ സിറോട ടെയിലർ, 20 കുസ്റ്റീൻ റോഡ് എന്നിവർ പ്രധാന സാക്ഷികളായി, എന്റെ, എറ്റിയെൻ ആഡ്ലേയുടെ (ഡെപ്യൂട്ടി മേയർ, പതിനെട്ടാം വാർഡ്) സാന്നിധ്യത്തിൽ വായിച്ച് ഒപ്പിട്ടു. വധുവിന്റെ അച്ഛനമ്മമാർക്ക് ഒപ്പിടാനറിയില്ലെന്നു പറഞ്ഞു..

സെസിൽ ബുർദേജും നാലു സഹോദരിമാരും ഒരു സഹോദരനും മാതാപിതാക്കളോടൊപ്പം 1906ലാണ് പാരിസിലെത്തിയത്. റഷ്യൻ ജൂത കുടുംബം, ഇതിനുമുമ്പ് ബുഡാപെസ്റ്റിലായിരുന്നു താമസം.

ഒന്നാം ലോകമഹായുദ്ധത്തിനു ശേഷം ബുഡാപെസ്റ്റിലെ ജീവിതവും വിയന്നയിലെപ്പോലെത്തന്നെ ക്ലേശകരമായിരുന്നു. പടിഞ്ഞാറു ഭാഗത്ത് ഫ്രാൻസിൽ സ്ഥിതിഗതികൾ കുറെക്കൂടി മെച്ചമായിരുന്നു. അതുകൊണ്ടാണ് അവർ പാരിസിൽ, ലമാർക്ക് റോഡിലുള്ള ജൂതർക്കായുള്ള അഗതിമന്ദിരത്തിലെത്തിയത്. പാരീസീലെത്തി ഒരു മാസം കഴിയുന്നതിനുമുമ്പ് സെസിലിന്റെ പതിനാലും പന്ത്രണ്ടും പത്തും വയസ്സുള്ള മൂന്നു സഹോദരിമാർ ടൈഫോയിഡ് പിടിച്ചു മരിച്ചുപോയി.

കല്യാണസമയത്ത് ഇരു കുടുംബങ്ങളും താമസിച്ചിരുന്ന പതിനേഴാം നമ്പർ കെട്ടിടം നിന്നിരുന്നത് *മോമാർട്രി*ന്റെ തെക്കേ ചെരുവിലുള്ള

ബാഷ്‌ലെറ്റ് റോഡ് എന്ന കൊച്ചു തെരുവിലായിരുന്നു. ബുർദേജ് കുടുംബവും പട്ടാളത്തിൽ നിന്നു പിരിഞ്ഞുപോന്ന ശേഷം ഏണസ്റ്റ് ബ്രൂഡറും ഈ സത്രത്തിൽ വെവ്വേറെ ഒറ്റമുറിവീടുകളിലാവും താമസി ച്ചിരിക്കുക. അങ്ങനെയാവും അവർ പരസ്പരം പരിചയപ്പെട്ടിട്ടുണ്ടാവുക. 1964ൽ ഈ അഡ്രസ്സിൽ ഒരു കഫേ ഉണ്ടായിരുന്നതായി കാണുന്നു. വളരെപ്പിന്നീട് അടുത്തടുത്തുള്ള 15, 17 കെട്ടിടങ്ങൾ തട്ടിനിരത്തി പുതിയൊരു കെട്ടിടം ഉയർന്നു വന്നു, അതിന്റെ നമ്പർ 15. അതെന്തേ? ഒരു നമ്പർ മാത്രമായാൽ കൂടുതൽ സൗകര്യപ്രദം എന്നു കരുതിയിട്ടോ എന്തോ.

കല്യാണം കഴിഞ്ഞ് ഡോറയുടെ ജനനം വരെ. അവർ പാരിസിലെ ഇത്തരം സത്രങ്ങളിലാണ് പാർത്തത്.

അടയാളങ്ങളൊന്നും അവശേഷിപ്പിക്കാത്ത തരക്കാരാണ് സെസിൽ ബ്രൂഡറും ഏണസ്റ്റ് ബ്രൂഡറും. പാരിസിലെ ഈ പാതകൾ പോലെ, നഗരാതിർത്തിയിലെ ഗ്രാമ പ്രദേശങ്ങൾ പോലെ. തികച്ചും യാദൃച്ഛികമായാണ് *സെവ്രായിൽ* അവർ താമസിച്ചിരുന്ന വിവരം ഞാൻ കണ്ടെത്തിയത്. വെറുമൊരഡ്രസ്സ്. അതിൽക്കവിഞ്ഞ് എനിക്ക് അവരെപ്പറ്റി ഒന്നുമറിയില്ല. പക്ഷേ അഡ്രസ്സ് എത്ര കിറുകൃത്യമോ, അതിനു നേർവിപരീതമാണ് അവരുടെ ജീവിതം അജ്ഞാതം, അജ്ഞേയം. അന്ധകാരം.

ബ്രൂഡറുടെ ഒരനന്തരവളെ ഞാൻ തേടികണ്ടുപിടിച്ചിരിക്കുന്നു. ഫോണിലൂടെയുള്ള സംസാരം. കുട്ടിക്കാലത്തെ നിഴലും വെളിച്ചവും വീണു കിടക്കുന്ന ഓർമച്ചിത്രങ്ങൾ. അവളാണ് ബ്രൂഡർ കുടുംബത്തെക്കുറിച്ചു ചില വിവരങ്ങൾ തന്നത്. അമ്മാവൻ സൗമ്യസ്വഭാവക്കാരനും ദയാശീലനുമായിരുന്നെന്ന് അവൾ പറയുന്നു.. *ഒർണനോ ബുളേവാഡി*ലേക്ക് താമസം മാറ്റുംമുമ്പ് അമ്മാവനും കുടുംബവും മറ്റൊരിടത്ത് താമസിച്ചിരുന്നതായി അവൾ പറയുന്നു. *പൊയ്സൊണ്യേ* പരിസരത്തെവിടേയോ. റോഡിന്റെ പേര് ഓർക്കുന്നില്ല. ഞാൻ പാരീസിന്റെ ഭൂപടം തുറന്നുപിടിച്ച് റോഡുകളുടെ പേരുകൾ ഓരോന്നായി വായിച്ചു കൊടുത്തു. അതെ അതുതന്നെ അവൾ പറഞ്ഞു *പൊളോൺസോ* റോഡ്. പക്ഷേ മറ്റൊന്നും അതായത് *സെവ്രാ*, *ഫ്രെയിൻവിൽ*, *വെസ്റ്റിംഗ് ഹൗസ് ഫാക്റ്ററി*, *ബാഷ്‌ലെറ്റ്* റോഡ് ഇതേപ്പറ്റിയൊന്നും അവൾ കേട്ടിട്ടേയില്ല.

മുൻതാമസക്കാരുടെ എന്തെങ്കിലും അടയാളം പരിസരങ്ങൾ സൂക്ഷിക്കാറുണ്ടോ? ഒരു ലോഹത്തകിടിലെ ഉളുക്കും ചതവും പോലെ? ഏണസ്റ്റ് ബ്രൂഡർ സെസിൽ ബ്രൂഡർ ഡോറാ ബ്രൂഡർ ഇവർ താമസിച്ച സ്ഥലങ്ങൾ സന്ദർശിക്കുമ്പോൾ എനിക്ക് അനുഭവപ്പെടുന്നത്, ഒരു തരം ശൂന്യതയാണ് എന്തോ ഒരു അഭാവം.

അന്ന് *പൊളൊൺസോ* റോഡിൽ രണ്ടു സത്രങ്ങൾ ഉണ്ടായിരുന്നു. ഡയറക്റ്ററി നോക്കി കണ്ടുപിടിച്ചതാണ്. 49ന്റെ പേര് വിൻ, ഉടമസ്ഥൻ റോകൈറ്റ്. പിന്നൊന്നുള്ളത് നമ്പർ 32, ഉടമസ്ഥൻ ചാൾസ് കംപാസി. രണ്ടും ദുഷ്പേരുള്ള സത്രങ്ങളായിരുന്നു. ഇന്ന് രണ്ടുമില്ല.

1968ൽ *ബുളേവാഡുകളി*ലൂടെ ലക്ഷ്യമില്ലാതെ നടക്കുന്നത് എന്റെ പതിവായിരുന്നു. പലപ്പോഴും മെട്രോയുടെ കമാനം വരെ നടക്കും. തുടക്കം ബ്ലോഷ് കവലയിൽ നിന്ന്. ഡിസംബറിൽ തുറസ്സായ മൈതാനത്ത് ടൂറിംഗ് കമ്പനിയുടെ മേള സംഘടിപ്പിച്ചിരിക്കുന്നു. ഷാപേൽ ബുളേവാഡിലേക്കെത്തുമ്പോഴേക്കും മേളയിലെ വിളക്കുകൾ മങ്ങിത്തുടങ്ങും. അന്ന് എനിക്ക് ഡോറാ ബ്രൂഡറേയോ അവളുടെ അച്ഛനമ്മമാരേയോ പറ്റി അറിയില്ലായിരുന്നു. പക്ഷേ ലാരിബോസിയേർ ആശുപത്രിയുടെ മതിലിന്റെ അരികു പറ്റി നടക്കുമ്പോഴും റെയിൽ പാളങ്ങൾ മുറിച്ചു കടക്കുമ്പോഴും മനസ്സിലെന്തോ വിചിത്രമായ അനുഭൂതി അനുഭവപ്പെട്ടതായി ഞാനോർക്കുന്നു. പാരീസിന്റെ ഏറ്റവും ഇരുളടഞ്ഞ ഭാഗത്തെത്തിയ പ്രതീതി. കാരണം വളരെ ലളിതമായിരുന്നു എനിക്കു പുറകിൽ കണ്ണഞ്ചിക്കുന്ന പ്രകാശമാനമായ *ക്ലിഷി ബുളേവാഡ്*, അതിനു നേർവിപരീതമായി മുന്നിൽ അന്ധകാരത്തിലേക്ക് അന്തമില്ലാതെ നീണ്ടുകിടക്കുന്ന കറുത്ത മതിൽക്കെട്ട്. മെട്രോയുടെ തൂണുകൾക്കു കീഴെ നീളൻ നിഴലുകൾ...

ഇന്ന് എത്രയെത്ര റെയിൽവേ ലൈനുകൾ, നോർത്ത് സ്റ്റേഷൻ എത്ര അടുത്ത്, തലയ്ക്കുമീതെ ചീറിപ്പായുന്ന എത്രയെത്ര അതിവേഗ ട്രെയിനുകൾ.... ഷാപേൽ ബുളേവാഡിന്റെ ഈ ഭാഗം രക്ഷാമാർഗങ്ങളുടെ നെറ്റ്വർക്കായിട്ടാണ് ഇന്നെനിക്കനുഭവപ്പെടുന്നത്. ഇവിടെ ആരും അധികനേരം തങ്ങില്ല, ഈ കൂട്ടുപാതയിൽ നിന്ന് ഓരോരുത്തർക്കും അവരവരുടേതായ പാതകൾ തെരഞ്ഞെടുക്കാം. നാലു ദിശകളിലേക്കും പോകാം.

ഈ ചുറ്റുവട്ടത്തു അന്നു നിലനിന്നിരുന്ന സ്കൂളുകളെക്കുറിച്ചുള്ള വിവരങ്ങൾ ഞാൻ ശേഖരിച്ചു. അവയൊക്കെ ഇന്നുണ്ടോ എന്തോ. അഥവാ ഉണ്ടെങ്കിൽ ഡോറാ ബ്രൂഡറുടെ പേര് ഏതെങ്കിലും റെജിസ്റ്ററിൽ കാണാതിരിക്കുമോ?

സാലുക് റോഡിലെ നഴ്സറി സ്കൂൾ, കവേ റോഡിലും പോയ്സോണ്യേ റോഡിലും പെൺകുട്ടികൾക്കായുള്ള പ്രൈമറി സ്കൂളുകൾ.

യുദ്ധം പൊട്ടിപ്പുറപ്പെടും വരെ *ക്ലിന്യാകൂർ* ചുറ്റുവട്ടത്ത് വർഷങ്ങൾ സാധാരണഗതിയിൽ കൊഴിഞ്ഞു വീണിരിക്കും. ഈ സമയത്ത് ബ്രൂഡ റുടെ കുടുംബത്തെപ്പറ്റിയുള്ള വിവരങ്ങൾ എനിക്കറിയില്ല. സെസിൽ ബ്രൂഡർ വെറുമൊരു തുന്നൽക്കാരിയായിരുന്നോ അതോ ഗാർമെൻറ് ഫാക്ടറിയിലെ ശമ്പളക്കാരിയായിരുന്നോ എന്നറിയില്ല. അനന്തരവളുടെ ഊഹം റുയ്സു റോഡിലെ ഗാർമെൻറ് ഫാക്റ്ററിയിലായിരുന്നു ജോലി എന്നാണ്. പക്ഷേ ഉറപ്പിച്ചു പറയാനാവില്ലത്രെ. ഏണസ്റ്റ് ബ്രൂഡറോ? കൈത്തൊഴിലൊന്നും വശമില്ലാത്ത സ്ഥിതിക്ക് വെറും കൂലിപ്പണി മാത്രം. വെസ്റ്റിംഗ്ഹൗസിലെ ഫാക്റ്ററിയിലോ അതോ മറ്റെവിടേയെങ്കിലുമോ? ജർമൻ അധിനിവേശക്കാലത്തെ നാസി ഫയലിൽ ഞാൻ ഇങ്ങനെയാണ് കണ്ടത് ഫ്രഞ്ചു വിദേശ സൈനികൻ, രണ്ടാം തരം, 100% അംഗവൈകല്യം. കൈത്തൊഴിൽ/ ജോലി ഒന്നുമില്ല.

അക്കാലത്തെ ചില കുടുംബഫോട്ടോഗ്രാഫുകൾ കിട്ടിയിരിക്കുന്നു. കൂട്ടത്തിൽ ഏറ്റവും പഴക്കം ബ്രൂഡർ ദമ്പതികളുടെ കല്യാണദിവസമെടുത്തതിനാണ്. രണ്ടു പേരും, മുന്നിലുള്ള മേശപ്പുറത്ത് കൈമുട്ടുകൾ അമർത്തി ഇരിക്കയാണ്. സെസിൽ ബ്രൂഡറുടെ ശിരസ്സിൽ നിന്നൊഴുകി നിലം വരെയെത്തുന്ന വെള്ള നെറ്റ് ഇടതു ചെവിക്കു പിറകിലായി തിരുകി വെച്ചിരിക്കുന്നു. ഏണസ്റ്റ് ബ്രൂഡർ സൂട്ടും വെളുത്ത ബോ ടൈയും ധരിച്ചിട്ടുണ്ട്. മറ്റൊരു ഫോട്ടോഗ്രാഫ് ഉപവിഷ്ടരായ മാതാപിതാക്കൾക്കിടയിൽ, രണ്ടു വയസ്സുകാരിയായ ഡോറ നില്ക്കുന്നു. ഡോറയുടെ തനിച്ചുള്ള ഒരു ഫോട്ടോ സ്കൂളിലെ സമ്മാനദാനച്ചടങ്ങിനു ശേഷം എടുത്തതാവാം. പന്ത്രണ്ടു വയസ്സു കാണും. വെളുത്ത ഉടുപ്പ്, സോക്സ്. വലത്തെ കയ്യിൽ ഒരു പുസ്തകമുണ്ട്. തലയിൽ പൂമാല, വെളുത്ത പൂക്കളാണെന്നു തോന്നുന്നു. ഇടത്തെ കൈ സ്റ്റുഡിയോയിലെ വലിയൊരു സമചതുരക്കട്ടയ്ക്കുമീതെ. വെള്ള പെയിന്റടിച്ച കട്ടയിൽ വലുതും ചെറുതുമായ കറുത്ത വരകൾ. മറ്റൊന്ന് അതേ സ്ഥലം, ഒരു വേള അതേ ദിവസം. തറയിലെ ടൈലുകൾ കണ്ടാലറിയാം. സമചതുരക്കട്ടയിൽ സെസിൽ ബ്രൂഡർ ഇരിക്കുന്നു, ഇടതു വശത്ത് ഡോറ, ഉയർന്ന കോളറുള്ള ഉടുപ്പ്. ഇടതു കൈമുട്ട് അമ്മയുടെ ചുമലിൽ. മറ്റൊന്നിൽ അമ്മയോടൊപ്പം പന്ത്രണ്ടു വയസ്സുകാരി ഡോറ മറ്റു ഫോട്ടകളിലേക്കാളും ചെറുതായി

വെട്ടിയ മുടി. പശ്ചാത്തലത്തിൽ ഒരു പഴകിയ ഭിത്തി. സ്റ്റുഡിയോയിലെ തിരശ്ശീലയാവണം. രണ്ടു പേരും വെള്ള കോളറുള്ള കറുത്ത ഉടുപ്പാണ് ധരിച്ചിരിക്കുന്നത്. അമ്മയുടെ വലതു വശത്ത് അല്പം മുന്നിലേക്കു നീങ്ങി യാണ് ഡോറ നില്ക്കുന്നത്.. ദീർഘവൃത്താകൃതിയിലുള്ള മറ്റൊരു ഫോട്ടോ പതിമൂന്നോ പതിനാലോ പ്രായം തോന്നിക്കുന്ന ഡോറ. അരികെ അമ്മ പുറകിൽ അച്ഛൻ. ഡോറയും അമ്മയും വെള്ള ബ്ലൗസാണ് ഇട്ടി രിക്കുന്നത്. സെസിൽ ബ്രൂഡറുടെ തനിച്ചുള്ള ഫോട്ടോ. നാട്ടിൻപുറത്തെ വീടിനു മുന്നിൽ വെച്ച് എടുത്തത്. ഇടതു വശത്തെ ഭിത്തിയിലാകമാനം വള്ളിച്ചടികൾ പടർന്നു കയറിയിരിക്കുന്നു. കൽപ്പടവുകൾക്കരികിലായി ഒരു അരഭിത്തിയിലിരിക്കയാണ്. വേനൽക്കാല വേഷം. പശ്ചാത്തലത്തിൽ ഒരു കുട്ടി ക്യാമറക്കു പുറം തിരിഞ്ഞു നില്ക്കുന്നു. കൈകാലുകൾ നഗ്നമാണ്. നീന്തലുടുപ്പു ധരിച്ചതു കൊണ്ടാണോ? അതു ഡോറ യാണോ? അതിനുമപ്പുറത്ത് മറ്റൊരു വീടിന്റെ പൂമുഖവും ജാലകവും. ഇതെവിടമായിരിക്കും?

മറ്റൊരു പഴയ ഫോട്ടോഗ്രാഫ്. ഡോറയ്ക്ക് ഒമ്പതോ പത്തോ വയസ്സു കാണും. വെയിലത്താണ് നില്ക്കുന്നത്, ചുറ്റും നിഴൽ വീണുകിട ക്കുന്നു. ടെറസ്സിൽ വെച്ചെടുത്തതാവാണം. വെളുത്ത ഉടുപ്പ്, സോക്സ്, കൈകൾ ഇടുപ്പിൽ വെച്ചാണ് നില്പ്. മുന്നിൽ വലിയൊരു സിമന്റ് കൂട്. നിഴൽ വീണിരിക്കുന്നതു കാരണം അതിനകത്ത് പക്ഷികളാണോ മൃഗ ങ്ങളാണോ എന്നറിയാനാവുന്നില്ല. വെയിൽക്കീറുകളും നിഴലുകളും.

ബ്രൂഡർ കുടുംബം വേനൽക്കാലം ചെലവഴിച്ചത് ക്ലിങ്ക്യാകൂർ പരിസരത്തു തന്നെയാവണം. അച്ഛനമ്മമാർ ഡോറയെ സിനിമ കാണാൻ കൊണ്ടു പോയിരിക്കും. തൊട്ടടുത്തായിരുന്നല്ലോ 43 ഒർണനോ സിനിമ. അതോ അവൾ തനിച്ചു പോയിരിക്കുമോ? ഞാൻ തേടിപ്പിടിച്ച അനന്തരവൾ പറഞ്ഞത് ഡോറ തന്നിഷ്ടക്കാരിയും തന്റേടിയുമായിരുന്നെന്നാണ്. ആൺ കുട്ടികളുമായിട്ടായിരുന്നു കൂട്ടുകെട്ട്. ഒറ്റമുറി വീടിനകത്ത് ഞെങ്ങി ഞെരുങ്ങി കഴിയേണ്ടി വന്ന മൂന്നു പേർ.

കുട്ടിക്കാലത്ത് ഡോറ ക്ലിങ്ക്യാകൂർ ചത്വരത്തിലും പരിസരത്തും കളിച്ചിട്ടുണ്ടാവും. അന്നൊക്കെ അവിടത്തിന് ഒരു നാട്ടിൻപുറത്തിന്റെ അന്തരീക്ഷമായിരിക്കണം. വൈകുന്നേരങ്ങളിൽ സ്ഥലവാസികൾ കസേരകൾ നടപ്പാതയിലേക്കു വലിച്ചിട്ട് കുടുംബവിശേഷങ്ങളും നാട്ടു വർത്തമാനങ്ങളും കൈ മാറിയിരിക്കും.. അതല്ലെങ്കിൽ അടുത്തുള്ള കഫേയിൽ ചെന്നിരുന്ന് സർബത്തു കുടിക്കും. ചിലപ്പോൾ ആടുകളെ തെളിച്ചു കൊണ്ട് ഇടയന്മാരോ പാലു വില്പനക്കാരോ ആ വഴിക്കു വന്നെന്നിരിക്കും. ചൂടോടെ കറന്നെടുത്ത പത നിറഞ്ഞ പാൽ വില്പനയ്ക്ക്. കുടിച്ചു കഴിയുമ്പോൾ ചുണ്ടിനു മീതെ വെളുത്ത മീശ.

ക്ലിങ്ക്യാകൂറിലെ കൂറ്റൻ ചുങ്കവാതിൽ. അതിനിടതുവശത്ത് മാർക്കറ്റ്. അന്നൊക്കെ അങ്ങു ദൂരെ നെബുളേവാഡിലെ കൂറ്റൻ കെട്ടിടങ്ങൾവരെ പരന്നുകിടക്കുന്ന വെളിമ്പറമ്പു നിറയെ പെട്ടിക്കടകളും കുടിലുകളും ചന്തകളുമായിരുന്നിരിക്കണം. അതൊക്കെ പിന്നീടെപ്പോഴോ തട്ടിനിരത്തപ്പെട്ടു. ആ പുറമ്പോക്കു ഭൂമി പതിനാലുകാരനായ എന്നെ വല്ലാതെ ആകർഷിച്ചിരുന്നു. പാരിസിന്റെ രണ്ടോ മൂന്നോ പഴങ്കാലചിത്രങ്ങളിൽ ഞാനാ സ്ഥലം തിരിച്ചറിഞ്ഞെന്നു തോന്നുന്നു. തണുപ്പുകാലത്തെടുത്തതാണ്. നിരപ്പായ പ്രദേശം. പരന്നു കിടക്കുന്ന വെളുത്ത മഞ്ഞ്. ബസ് കടന്നു പോകുന്നതു കാണാം. അവിടെത്തന്നെ ഉറച്ചു പോയതായി തോന്നിക്കുന്ന ഒരു ലോറി. ജിപ്സികളുടെ ഒരു സംഘം, ഒരു കറുത്ത കുതിര. പശ്ചാത്തലത്തിൽ അങ്ങ് വിദൂരതയിൽ മങ്ങിക്കാണുന്ന കെട്ടിടങ്ങൾ.

അന്നെനിക്കനുഭവപ്പെട്ട ശൂന്യത ഇന്നും എനിക്കോർമയുണ്ട്. പണ്ട് ഉണ്ടായിരുന്നതെന്തൊക്കേയോ തട്ടിത്തകർക്കപ്പെട്ടിരിക്കുന്നവെന്ന നഷ്ട

ബോധം. അന്നെനിക്ക് ഡോറാ ബ്രൂഡറെക്കുറിച്ച് അറിയില്ലായിരുന്നു. ഒരു വേള, അല്ലല്ല തീർച്ചയായും അവളാവഴിക്ക് പലവട്ടം നടന്നുകാണും. ആ ഭൂഭാഗം എന്നിലുണർത്തുന്നത് പ്രണയസമാഗമങ്ങളുടെ, നഷ്ട സന്തോഷത്തിന്റെ സഹതാപാർദ്രമായ നിമിഷങ്ങളെയാണ്. അന്നത്തെ ഗ്രാമ്യാന്തരീക്ഷം ഇന്നും റോഡുകളുടെ പേരുകളിൽ തുളുമ്പി നിൽക്കുന്നു കിണറ്റിൻ കര, മെട്രോ ഇടവഴി, പോപ്ലാർ ഇടവഴി, ചൈനീസ് ഇടവഴി....

1940, മെയ് 9. പതിനാലു വയസ്സുകാരിയായ ഡോറാ ബ്രൂഡർക്ക് ഹോളി ഹാർട്ട് ഓഫ് മേരി എന്ന കോൺവെന്റിലെ ബോർഡിംഗ് സ്കൂളിൽ പ്രവേശനം ലഭിച്ചിരിക്കുന്നു. ഈ സ്ഥാപനം നടത്തുന്നത് സിസ്റ്റേഴ്സ് ഓഫ് ദി ക്രിസ്ത്യൻ സ്കൂൾസ് ഓഫ് ഡിവൈൻ മെഴ്സി എന്ന കന്യാസ്ത്രീ മഠമാണ്. പന്ത്രണ്ടാം വാർഡിലെ പിക്പസ് റോഡിലാണ് സ്ഥാപനം. സ്കൂൾ റെജിസ്റ്ററിൽ ഇപ്രകാരം കാണുന്നു.

പേരും കുടുംബപ്പേരും ഡോറാ ബ്രൂഡർ

ജനനത്തിയതി, സ്ഥലം 25 ഫെബ്രുവരി 1926, പാരിസ് പന്ത്രണ്ടാം വാർഡ്, അച്ഛൻ ഏണസ്റ്റ് ബ്രൂഡർ അമ്മ സെസിൽ ബുർദേജ് ബ്രൂഡർ

കുടുംബസ്ഥിതി നിയമാനുസൃതം

പ്രവേശനത്തിയതി, 9 മെയ് 1940, ഫുൾടൈം ബോർഡർ.

വിട്ടുപോയ തിയതിയും, കാരണവും 14 ഡിസംബർ, 1941. വിദ്യാർഥിനി ഓടിപ്പോയി.

അതെന്തേ, അച്ഛനമ്മമാർ ഡോറയെ ക്രൈസ്തവ സ്കൂളിലേക്ക് പറഞ്ഞയച്ചതിന് എന്താവും കാരണം? ഒർണനോ ബുളേവാഡിലെ ഒറ്റ മുറി വീട്ടിൽ മൂന്നു പേർക്കു കഴിഞ്ഞുകൂടാൻ വിഷമമാണെന്നതു ശരി. അതിനപ്പുറം ഓസ്ട്രിയൻ പൗരന്മാരെന്ന നിലയ്ക്ക് ഏണസ്റ്റും സെസിലും ഫ്രഞ്ചു സർക്കാറിന്റെ നോട്ടപ്പുള്ളികളായിട്ടുണ്ടാവുമോ?[6] 1938ൽ ഓസ്ട്രിയ ജർമൻ രാഷ്ട്രത്തിന്റെ ഭാഗമായിക്കഴിഞ്ഞതിനാൽ അവരൊക്കെ ജർമൻ റെയ്ഷിന്റെ പൗരന്മാരായില്ലേ?

1939ലെ ശിശിരകാലത്ത് ഫ്രാൻസിൽ പ്രവാസി ജർമൻറെയിഷ് പൗരന്മാരുടെ കണക്കെടുപ്പു നടന്നു. പുരുഷന്മാർ മാത്രം. അവർ രണ്ടു ഗ്രൂപ്പുകളായി തരം തിരിക്കപ്പെട്ടു. സംശയാധീനർ, സംശയാതീതർ. സംശയാതീതരെ മറ്റൊരു ക്യാമ്പിലേക്കു മാറ്റി. ഡിസംബറിൽ 'കുടിയേറ്റ ത്തൊഴിലാളികൾ' എന്നൊരു വിഭാഗത്തിലേക്ക് അവർ ഉൾപ്പെടുത്തപ്പെട്ടു. ഈ വിഭാഗത്തിൽ ഏണസ്റ്റ് ബ്രൂഡറും ഉണ്ടായിരുന്നോ?

---

6. 1939ൽ ഓസ്ട്രിയയും പോളണ്ടും ചെകോസ്ലാവാക്യയും ജർമൻ മുഷ്ടിയിലായതോടെ, ഒരു മുൻകരുതലെന്ന നിലയ്ക്ക്, 1940 മെയ് മാസത്തിൽ ഫ്രഞ്ചു ഗവണ്മെന്റ്, ഫ്രാൻസിലെ ജർമൻ, ഓസ്ട്രിയൻ, പോളിഷ്, ചെക് പ്രവാസികളെ ഒന്നടങ്കം അറസ്റ്റു ചെയ്തു.

ഡോറ ബോർഡിംഗ്സ്കൂളിൽ ചേർന്ന് നാലു ദിവസം കഴിഞ്ഞ്, 1940 മെയ് 13നായിരുന്നു സ്ത്രീകളുടെ ഊഴം. വെലോഡ്രോം ഇൻഡോർ സ്റ്റേഡിയത്തിൽ ഹാജരാകാനുള്ള ഉത്തരവ്. ഈ തടങ്ങൽ 13 ദിവസം നീണ്ടു നിന്നു. ജർമൻ സൈന്യത്തിന്റെ ആഗമനം ആസന്നമായപ്പോൾ ഇവരൊക്കെ ബാസ്സെ പൈറനീസ് തടങ്കൽ പാളയത്തിലേക്കു മാറ്റപ്പെട്ടു. സെസിൽ ബ്രൂഡർ ഇക്കൂട്ടത്തിലുണ്ടായിരുന്നോ?

നിങ്ങൾ ഇനം തിരിക്കപ്പെടുകയാണ്. ഒരിക്കലും കേട്ടിട്ടുകൂടിയില്ലാത്ത ഗ്രൂപ്പുകളിലേക്ക് നിങ്ങൾ ഉൾപ്പെടുത്തപ്പെടുന്നു. നിങ്ങളാരെന്നതുമായി ഈ തരംതിരിക്കലിന് ഒരു ബന്ധവുമില്ല. ഹാജരാകാൻ ഉത്തരവു വരുന്നു, തരം തിരിക്കുന്നു, തടവിലിടുന്നു. ഇതിന്റെയൊക്കെ അർഥമെന്താണ്? ഇതൊക്കെ എന്തിന്? ഹോ! ഒന്നറിയാൻ കഴിഞ്ഞിരുന്നെങ്കിൽ.

ഡോറയുടെ അച്ഛനമ്മമാർ എങ്ങനെയാണ് ഹോളി ഹാർട്ട് ഓഫ് മേരി കോൺവെന്റിനെപ്പറ്റി കേട്ടത്? ഡോറയെ അവിടെ കൊണ്ടുപോയി ചേർക്കാൻ ആരാവും അവരെ ഉപദേശിച്ചിരിക്കുക? .

പതിനാലു വയസ്സ്, തന്നിഷ്ടക്കാരി, തന്റേടി. അങ്ങനെയാണല്ലോ അവളുടെ അകന്ന ബന്ധു പറഞ്ഞത്. അച്ഛനമ്മമാർക്കു തോന്നിക്കാണും അവളെ അച്ചടക്കം പഠിപ്പിക്കണമെന്ന്. അതിനായി ഈ ജൂതദമ്പതികൾ തെരഞ്ഞെടുത്തത് ക്രൈസ്തവ സ്ഥാപനമോ? വേറെ എന്തു വഴിയാണ് അവർക്കുണ്ടായിരുന്നത്? ഡോറയുടെ പ്രവേശനസമയത്ത് കോൺവെന്റിന്റെ ചുമതല വഹിച്ചിരുന്ന മദർ സുപ്പീരിയറുടെ ജീവചരിത്രമനുസരിച്ച് കോൺവെന്റിലെ കുട്ടികൾ ദരിദ്രകുടുംബങ്ങളിൽ നിന്നു വന്നവരോ അനാഥരോ ആയിരുന്നു. അതല്ലെങ്കിൽ സാമൂഹ്യക്ഷേമനിധിയെ ആശ്രയിച്ചു കഴിയുന്നവർ. 'പരമകാരുണികനായ പ്രഭുവിന് എന്നും അവരോടു പ്രത്യേകവാത്സല്യം ഉണ്ടായിരുന്നു.' കോൺവെന്റിനെപ്പറ്റിയുള്ള ഒരു ലഘുലേഖയിൽ ഇങ്ങനെയും ഉണ്ട് - ഹോളി ഹാർട്ട് ഓഫ് മേരിയുടെ മുഖ്യലക്ഷ്യം ദരിദ്രകുടുംബങ്ങളിൽ നിന്നു വരുന്ന ശിശുക്കളേയും പെൺകുട്ടികളേയും പരിപാലിക്കുക എന്നതാണ്.

അധ്യയനം വെറും തുന്നൽപ്പണിയിലും വീട്ടുജോലിയിലും ഒതുങ്ങി നിന്നിരിക്കില്ല. കോൺവെന്റിന്റെ മൂലസ്ഥാപനം *നോർമാണ്ടിയി*ലെ അതിപുരാതന ക്രൈസ്തവമഠമായിരുന്നു. 75 കന്യാസ്ത്രീകൾ അടങ്ങുന്ന പിക്പസ് റോഡിലെ കോൺവെന്റ് 1852ലാണ് സ്ഥാപിതമായത്. പാവപ്പെട്ട കുടുംബങ്ങളിൽനിന്നുള്ള 500 പെൺകുട്ടികൾക്ക് താമസസൗകര്യവും കൈത്തൊഴിൽ പരിശീലനവും.

1940 ജൂണിൽ ഫ്രാൻസിന്റെ പതന സമയത്ത് കന്യാസ്ത്രീകളും വിദ്യാർഥിനികളും തെക്കെ ഫ്രാൻസിലെ മെയിനെനുവായിലേക്ക് മാറ്റി പാർപ്പിക്കപ്പെട്ടു. ഡോറയും അവരോടൊപ്പം പോയിരിക്കണം. തെക്കോട്ടുള്ള

തിരക്കേറിയ, അവസാനത്തെ ട്രെയിനുകളിലൊന്നിൽ. അതേ ദിശയിൽ നീങ്ങിയിരുന്ന നീണ്ട അഭയാർഥി പ്രവാഹത്തോടൊപ്പം.

ജൂലൈയിൽ വീണ്ടും തിരിച്ചു പാരീസിലേക്ക്. വീണ്ടും ബോർഡിംഗ് സ്കൂൾ ജീവിതം. എന്തായിരുന്നിരിക്കും സ്കൂൾ യൂണിഫോം? പരസ്യത്തിൽ പറഞ്ഞതുപോലെ കടും നീല പാവാടയും മറൂൺ സ്വറ്ററും തൊപ്പിയും? ഒരു കൊച്ചു കോട്ടും കാണുമായിരിക്കും. സ്കൂളിലെ ദിനചര്യ ഊഹിച്ചെടുക്കാവുന്നതേയുള്ളൂ. ആറുമണിക്ക് ഉറക്കമുണരുക. പള്ളി, ക്ലാസ്റൂം, റെഫെക്റ്ററി, ക്ലാസ്റൂം. കളിസ്ഥലം, റെഫക്റ്ററി, ക്ലാസ്റൂം. പള്ളി. ഡോർമിറ്ററി. ഞായറാഴ്ച്ച വിശ്രമദിവസം. പരമകാരുണികനായ പ്രഭുവിന്റെ പ്രത്യക വാത്സല്യത്തിനു പാത്രമായിരുന്ന ഈ ബാലികമാർ. പാവങ്ങൾ. കോൺവെന്റ് മതിക്കെട്ടിനകത്തെ ജീവിതം ഇവർക്ക് ഒട്ടും സുഖകരമായിരുന്നിരിക്കില്ല.

കോൺവെന്റ് അധികൃതർ ബെറ്റ്സിയിൽ ഒരൊഴിവു ദിനക്യാമ്പ് സംഘടിപ്പിച്ചതായി കാണുന്നു. *സാമാർട്ടിനി*ലോ അതോ *സാപിയറി*ലോ? രണ്ടു ഗ്രാമങ്ങളും അടുത്തടുത്താണ്. 1941ലെ വേനൽക്കാലത്ത് ഡോറ ഏതാനും ദിവസങ്ങൾ ഈ ക്യാമ്പിൽ ചെലവഴിച്ചിരിക്കാം.

ഹോളി ഹാർട്ട് ഓഫ് മേരി കോൺവെന്റ് കെട്ടിടങ്ങൾ ഇന്നില്ല. ആ സ്ഥലത്ത് ആധുനിക രീതിയിലുള്ള ഒട്ടനവധി അപ്പാർട്ടുമെന്റുകൾ ഉയർന്നു വന്നിരിക്കുന്നു. അതുകൊണ്ടു തന്നെ കോൺവെന്റ് വളപ്പ് എത്ര വിശാലമായിരുന്നുവെന്ന് ഊഹിക്കാം. പഴയ കോൺവെന്റിന്റെ ഒരൊറ്റ ചിത്രം പോലും എനിക്കു കണ്ടെടുക്കാനായില്ല. പാരിസിന്റെ വളരെ പഴയൊരു മാപ്പിൽ ഈ സ്ഥലം മതാധ്യയനസ്ഥാപനങ്ങൾ എന്നാണ് അടയാളപ്പെടുത്തിയിരിക്കുന്നത്. പിക്പസ് റോഡിൽ നിന്ന് റുയിസ്റ്റേഷൻ വരെ നീണ്ടുകിടക്കുന്ന ദീർഘചതുരത്തിനകത്ത് നാലു കൊച്ചു ചതുരങ്ങളും അതിനുമീതെ ഒരു കുരിശും.

കോൺവെന്റിന് എതിർവശത്തായി വേറേയും മതസ്ഥാപനങ്ങൾ. കമ്യൂണിറ്റി ഓഫ് മദർ ഓഫ് ഗോഡ്, ലേഡീസ് ഓഫ് അഡോറേഷൻ, പിക്പസ് ഒറേറ്ററി, സെമിത്തെരി. ഭീകരവാഴ്ച്ചക്കാലത്ത് ഗില്ലോട്ടിനിരയായ ആയിരത്തിലധികം പേരെ ഈ സെമിത്തേരിയിലെ ഒരു പൊതു ശവമാടത്തിലാണ് അടക്കിയത്. കോൺവെന്റിന്റെ തുടർച്ചയെന്നോണം വേറേയും കെട്ടിടങ്ങളുണ്ട്. അതിലൊന്നാണ് ചികിത്സാലയം. പതിനെട്ടു വയസ്സുള്ളപ്പോൾ ഞാനവിടെ ചികിത്സയ്ക്കു പോയിരുന്നു. അന്നെനിക്കറിയില്ലായിരുന്നു, അവിടെ ബാലികമാർക്കായുള്ള നല്ല നടപ്പു വിദ്യാലയം കൂടിയുണ്ടെന്ന്. ഈ സ്ഥാപനങ്ങളിൽ ഒരിക്കൽ കയറിയാൽ പിന്നെ എപ്പോഴാണ് മോചനം ലഭിക്കുക എന്നു ഊഹിക്കാൻ പോലും ആവില്ല. പക്ഷേ ഒരു കാര്യം തീർച്ച. ഈ സ്ഥാപനങ്ങൾക്കു പേരിട്ടവർ മനസ്സാ ആഹ്ലാദിച്ചിരിക്കണം. ആംഗസിലെ ആശ്രമം,

ഡാണേറ്റലിലെ അഭയകേന്ദ്രം, വിശുദ്ധമേരിയുടെ പുണ്യഭൂമി, നസറത്തിലെ ഏകാന്തവാസം.

ഏകാന്തത!

പിക്പസ് റോഡും റുയി സ്റ്റേഷൻ റോഡും കൂട്ടിമുട്ടുന്ന കോണിലാണ് ഡോറയുടെ കോൺവെന്റ് സ്ഥിതി ചെയ്തിരുന്നത്. അക്കാലത്ത് ആ പരിസരത്തിന് നാട്ടിൻപുറത്തിന്റെ ഛായ ഉണ്ടായിരുന്നിരിക്കണം. കോൺവെന്റിനകത്തെ മരങ്ങൾ, ഉയരം കൂടിയ മതിക്കെട്ടിനുമേൽ തണൽ വിരിച്ചിരിക്കും.

ഈ ചുറ്റുവട്ടത്ത് ഡോറ ഒന്നര വർഷത്തോളം താമസിച്ചതല്ലേ? നിത്യേന എന്തൊക്കെ കണ്ടിരിക്കാനാണിട? റുയിസ്റ്റേഷൻ റോഡിനു സമാന്തരമായി മുഴുനീളത്തിൽ പൂന്തോട്ടം. അതിനു പുറകിലായി കോൺവെന്റ് കെട്ടിടങ്ങൾ. മുറ്റത്തെവിടേയോ കരിങ്കല്ലുകൊണ്ട് പടുത്തുയർത്തിയ കൃത്രിമഗുഹ. അതിനു താഴെ *മാദേർ* കുടുംബത്തിന്റെ ശവക്കല്ലറ. അവരായിരുന്നു കോൺവെന്റിന്റെ നടത്തിപ്പുകാർ.

കോൺവെന്റിൽ ഡോറയ്ക്ക് കൂട്ടുകാരികളുണ്ടായിരുന്നോ എന്നെനിക്ക് അറിയില്ല. ഒരു വേള തനിച്ചിരിക്കുന്ന പ്രകൃതമാവാനും മതി. അവളുടെ പഴയ കൂട്ടുകാരിയോ സഹപാഠിയോ ഞാനുമായി ബന്ധപ്പെടാതിരിക്കുന്നേടത്തോളം കാലം എനിക്കിതൊക്കെ സങ്കല്പിച്ചെടുക്കാനേ കഴിയൂ. പാരീസിലോ, പരിസരപ്രദേശങ്ങളിലെവിടേയോ ഒരെഴുപതുകാരി ഉണ്ടെന്നു വരും. വർഷങ്ങൾക്കുമുമ്പ് ഡോർമിറ്ററിയിലും ക്ലാസ്മുറിയിലും തന്റെ അടുത്തിരുന്ന ഡോറ എന്ന പെൺകുട്ടിയെ ആ വൃദ്ധ ഓർക്കുന്നുണ്ടാവാം. *ഡോറ, വയസ്സു പതിനഞ്ച്, ഉയരം 1.55 മീറ്റർ അല്പം നീണ്ട മുഖം, തവിട്ടു കലർന്ന ചാരനിറക്കണ്ണുകൾ. ചാരനിറത്തിലുള്ള സ്പോർട്സ് ജാക്കറ്റ് മറൂൺ സ്വെറ്റർ നേവീ ബ്ലൂ പാവാട, തൊപ്പി. തവിട്ടു നിറമുള്ള ജിം ഷൂസ്.*

ചുറ്റുമുള്ള കനത്ത ഇരുട്ടിലേക്ക് ദീപസ്തംഭത്തിലെ സെർച്ചുലൈറ്റെന്നപോലെ വെളിച്ചം വീശാനാണ് ഞാനീ പുസ്തകം എഴുതുന്നത്. എനിക്ക് ഈശ്വരവിശ്വാസമില്ല, പക്ഷേ പ്രതീക്ഷയുണ്ട്.

കോൺവെന്റിലെ അന്നത്തെ മദർ സുപ്പീരിയറായിരുന്നു മേരി ഷോൺ ബാപ്റ്റിസ്റ്റ്. അവരുടെ ജീവചരിത്രക്കുറിപ്പ് വായിച്ചു. 1903ൽ ജനനം. മഠത്തിൽ ചേർന്ന് പ്രാരംഭപരിശീലനത്തിനുശേഷം പാരീസിലെ ഈ കോൺവെന്റിലെത്തി. പിന്നെ 1929 മുതൽ 1946 വരെ നീണ്ട പതിനേഴുകൊല്ലം, ഇവിടെത്തന്നെയായിരുന്നു. ഡോറ ബ്രൂഡർ അന്തേവാസിയായി ചേരുമ്പോൾ മദറിന് നാല്പതു വയസ്സു തികഞ്ഞിട്ടുണ്ടാവില്ല.

മദർ സുപ്പീരിയർ സ്വതന്ത്രചിന്താഗതിയുള്ള ഊഷ്മളമനസ്കആയിരുന്നെന്ന് ജീവചരിത്രത്തിൽ പറയുന്നു. മാത്രമല്ല, ശക്തമായ

വ്യക്തിത്വത്തിന്റെ ഉടമയായിരുന്നെന്നും. 1985ലാണ് അവർ നിര്യാത യായത്. അതായത് ഞാൻ ഡോറയെപ്പറ്റിയുള്ള പരസ്യം വായിക്കുന്ന തിന് മൂന്നു കൊല്ലം മുമ്പ്. അവർ തീർച്ചയായും ഡോറയെ ഓർമിച്ചി രിക്കും. ഒന്നുമില്ലെങ്കിലും കോൺവെന്റ് വിട്ട് ഓടിപ്പോയ ബാലിക എന്ന നിലയ്ക്കെങ്കിലും? പക്ഷേ ഡോറയെപ്പറ്റി എന്താണ് അവർക്ക് എന്നോടു പറയാൻ കഴിയുക. വളരെ പരിമിതമായ ചില വിവരങ്ങൾ, നിത്യജീവിത ത്തിലെ സർവസാധാരണമായ നിരീക്ഷണങ്ങൾ. ഊഷ്മളമനസ്ക യായിരുന്നെങ്കിലും ഡോറയുടെ മസ്തിഷ്കത്തിൽ എന്തു നടക്കുവെന്ന് അവരറിഞ്ഞിരിക്കാനിടയില്ല. സ്കൂൾ ജിവിതവുമായി ആ ബാലിക എങ്ങനെ പൊരുത്തപ്പെടാൻ ശ്രമിച്ചുവെന്ന്, രാവിലേയും വൈകുന്നേര വുമുള്ള പ്രാർഥനകളെപ്പറ്റി, കൃത്രിമഗുഹയെപ്പറ്റി, കട്ടിലുകൾ നിരനിര യായിട്ട ഡോർമിറ്ററിയെപ്പറ്റി അവളുടെ അഭിപ്രായമെന്തായിരുന്നു വെന്ന് അവർക്കെന്നോട് പറയനാവില്ല.

1942ൽ ഡോറ ഓടിപ്പോയി ഏതാനും മാസങ്ങൾക്കു ശേഷം അതേ കോൺവെന്റിൽ ചേർന്ന ഒരു വനിതയെ ഞാൻ കണ്ടെത്തി. അന്ന് ആ ജൂതബാലികയ്ക്ക് പത്തു വയസ്സു കാണും, ഡോറയെക്കാൾ ചെറുപ്പം. ഡോറയും കുടുംബവും താമസിച്ചിടത്തുനിന്ന് അധികം ദൂരെയല്ലാത്ത ഷാട്ട് സ്ട്രീറ്റിലായിരുന്നു അവൾ അമ്മയോടൊപ്പം താമസിച്ചിരുന്നത്. പട്ടിണി കിടന്നു മരിക്കാതിരിക്കാനായി അമ്മ രാത്രി മുഴുവനും പണി യെടുത്തു. ജർമൻ സായുധസൈന്യത്തിനായി കമ്പിളിയുടുപ്പുകൾ തുന്നുന്ന ഫാക്ടറിയിലായിരുന്നു പണി. ബാലിക ലെപി റോഡിലെ സ്കൂളിലായിരുന്നു പഠിച്ചിരുന്നത്. 1942ൽ ജൂതവേട്ടയാരംഭിച്ചപ്പോൾ സ്കൂളിലെ ഹെഡ്മിസ്ട്രസ് അമ്മയോടു പറഞ്ഞു കുഞ്ഞിനെ എവിടെ യെങ്കിലും ഒളിപ്പിക്കാൻ. ഹോളി ഹാർട്ട് ഓഫ് മേരി എന്ന കോൺ വെന്റിന്റെ അഡ്രസ്സും ഒരു വേള അവരായിരിക്കും കൊടുത്തത്.

ജൂതയല്ലെന്നു വരുത്തിത്തീർക്കാൻ അവളുടെ പേരു സൂസൻ ആൽബെർട്ട് എന്നാക്കി മാറ്റി. അസുഖം വന്നപ്പോൾ കുറച്ചുകാലം സാനറ്റോറിയത്തിലേക്കു മാറ്റി. കോൺവെന്റിനകത്ത് എല്ലാം കറുത്ത തായിരുന്നുവെന്ന് അവരോർമിക്കുന്നു. കറുത്ത ഭിത്തികൾ, കറുത്ത ക്ലാസ്റൂം, കറുത്ത സാനറ്റോറിയം. കന്യാസ്ത്രീകളുടെ ശിരോവസ്ത്രം മാത്രമായിരുന്നു വെള്ള. അതൊരനാഥാലയം പോലായിരുന്നു. ഉരുക്കു നിയമങ്ങൾ. മുറികൾ ചൂടാക്കാനുള്ള സംവിധാനമില്ല. കഴിക്കാൻ പച്ച ക്കറിയും കിഴങ്ങു വർഗങ്ങളും മാത്രം. ആറു മണിക്ക് അന്തേവാസികളെ ല്ലാവരും പ്രാർഥനക്കെത്തണം. രാവിലെ ആറുമണിയോ വൈകിട്ട് ആറു മണിയോ എന്നു ചോദിക്കാൻ ഞാൻ വിട്ടുപോയി.

1940ലെ വേനൽക്കാലം. ഡോറ കോൺവെന്റിലാവും കഴിച്ചുകൂട്ടിയത്. എല്ലാ ഞായറാഴ്ചകളിലും അച്ഛനമ്മമാരെ സന്ദർശിക്കാനായി 41 *ഒർണനോ ബുളേവാഡി*ലേക്ക് ചെന്നുകാണും. ഞാൻ പഴയ മെട്രോ ഭൂപടം പരിശോധിക്കയാണ്. ഏതു വഴിക്കാവും വീട്ടിലേക്കുള്ള വരവും പോക്കും. പലതവണ ഇറങ്ങി കയറണ്ട എങ്കിൽ *നാഷ്യോങിൽ* നിന്നു മെട്രോ പിടിക്കണം. കോൺവെന്റിന് ഏറ്റവും അടുത്തുള്ള മെട്രോ സ്റ്റേഷനാണ് നാഷ്യോങ്. *പോൺദുസേവർ* ലൈൻ. *സ്റ്റ്റാസ്ബോഗ്സാഡെനിസി*ലെത്തി മാറിക്കേറണം. ഇത്തവണ ക്ലിങ്ക്യാകൂർ ലൈൻ. സാപ്ലൂയിലിറങ്ങിയാൽ നേരെ എതിർവശത്ത് ഒർണനോ സിനിമയും അവളുടെ വീടു നില്ക്കുന്ന കെട്ടിടവും.

ഇരുപതു വർഷങ്ങൾക്കുശേഷം ഞാൻ മിക്കപ്പോഴും സാപ്ലൂവിൽ നിന്നു മെട്രോ പിടിക്കാറുണ്ടായിരുന്നു. രാത്രി പത്തുമണിയോടടുത്ത്. ആ സമയത്ത് സ്റ്റേഷൻ വിജനമായിരിക്കും. നീണ്ട ഇടവേളകൾക്കു ശേഷമേ ട്രെയിനുകൾ വരൂ.

ഞായറാഴ്ച ഉച്ചതിരിഞ്ഞ് അതേ വഴിയിലൂടെ അവൾ കോൺവെന്റിലേക്ക് തിരിച്ചു ചെന്നിരിക്കും. അച്ഛനമ്മമാർ കൂടെ പോയിരിക്കുമോ? നാഷ്യോങ് സ്റ്റേഷനിലിറങ്ങി നടക്കണം. ഫാബ്രെദുഗ്ലോഡൈനിലൂടെ കുറുക്കുവഴിയുണ്ട്.

കോൺവെന്റിലേക്കുള്ള തിരിച്ചുപോക്ക് ജയിലിലേക്കു തിരിച്ചുപോകുന്ന പോലെ അവൾക്കനുഭവപ്പെട്ടിരിക്കും. സൂര്യൻ അസ്തമിച്ചു കാണും. കോൺവെന്റിലെ തോട്ടവും കരിങ്കൽ ഗുഹയും ശവക്കല്ലറയും താണ്ടി നടുമിറ്റം കടക്കുമ്പോഴേക്കും ഇരുട്ട് പൂർണമായും പരന്നിരിക്കും. കല്പടവുകൾക്കു മുകളിലായി വാതില്ക്കൽ ഒറ്റ വിളക്ക് മുനിഞ്ഞു കത്തുന്നുണ്ടാവും. ഇടനാഴിയിലൂടെ നടന്ന് നേരെ പള്ളിയിലേക്ക്. പ്രാർഥനയ്ക്കുള്ള സമയമായിരിക്കുന്നു. അതിനുശേഷം നിശ്ശബ്ദരായി ഡോർമിറ്ററിയിലേക്ക്.

ശരത്കാലം. ഒക്റ്റോബർ 2. പാരിസിലെ എല്ലാ പത്രങ്ങളും പുതിയൊരു ത്തരവ് പ്രസിദ്ധീകരിച്ചിരിക്കുന്നു. ജൂതസമുദായക്കാർ അടുത്തുള്ള പൊലീസ് സ്റ്റേഷനിൽ കണക്കെടുപ്പിന് ഹാജരാകണം. കുടുംബനാഥൻ മാത്രം ഹാജരായി വിവരങ്ങൾ നല്കിയാൽ മതി. നീണ്ട ക്യൂ ഒഴിവാക്കാനായി

അധികാരസ്ഥർ ഒരെളുപ്പവഴി കണ്ടുപിടിച്ചിട്ടുണ്ട്. കുടുംബപ്പേരനുസരിച്ച് അക്ഷരമാലാക്രമത്തിൽ താഴെ കാണുന്ന പട്ടികയനുസരിച്ച് ഹാജരാകുക...

ബി എന്ന അക്ഷരത്തിന്റെ ഊഴം ഒക്റ്റോബർ നാലിനാണ്. അന്ന് ഏണസ്റ്റ് ബ്രൂഡർ ക്ലിങ്ങ്യാകൂറിലെ പോലീസ് സ്റ്റേഷനിലെത്തി ഫാറം പൂരിപ്പിച്ചു കൊടുത്തു. പക്ഷേ മകളുടെ പേര് എഴുതിയില്ല. ഓരോ കുടുംബത്തിനും പ്രത്യേകം ജൂതഫയൽ നമ്പർ നല്കപ്പെട്ടു.

ബ്രൂഡർ കുടുംബത്തിന്റെ നമ്പർ 49091 എന്നായിരുന്നു. ഈ ഫയലിൽ ഏണസ്റ്റ് ബ്രൂഡറുടേയും സെസിൽ ബ്രൂഡറുടേയും പേരുകൾ മാത്രമേ ഉണ്ടായിരുന്നുള്ളൂ. ഡോറയ്ക്ക് ഒരു തരത്തിലുള്ള നമ്പറും ഇല്ലായിരുന്നു.

ഒരുവേള അച്ഛൻ വിചാരിച്ചു കാണും: മകൾ കോൺവെന്റിൽ സുരക്ഷിതയാണ്, എന്തിനു വെറുതെ അവളുടെ പേരെഴുതി അവളെക്കൂടി ഇതിലേക്ക് വലിച്ചിഴക്കണം. മാത്രവുമല്ല പതിനാലുകാരിയായ ഡോറയെ സംബന്ധിച്ചേടത്തോളം ജൂത എന്ന വിശേഷണത്തിന് ഒരർഥവുമില്ലായിരുന്നു. അതു പോട്ടെ പൊതുവേ ജൂതൻ എന്നുവെച്ചാൽ എന്താണ് പൊതുജനങ്ങൾ മനസ്സിലാക്കുന്നത്? ഏണസ്റ്റ് ബ്രൂഡർ തന്റെ ജൂത പാരമ്പര്യത്തെക്കുറിച്ച് ചിന്തിച്ചിട്ടേ ഉണ്ടാവില്ല. അധികാരപ്പെട്ടവർ പലപ്പോഴും അയാളെ പല വിഭാഗങ്ങളിലും ഉൾപ്പെടുത്തി. അയാളതിനെ ചോദ്യം ചെയ്തതുമില്ല. കൂലിപ്പണിക്കാരൻ, മുൻഓസ്ട്രിയക്കാരൻ, മുൻ ഫ്രഞ്ചു വിദേശസൈനികൻ, 100% വികലാംഗൻ സംശയാതീതൻ, കുടിയേറ്റത്തൊഴിലാളി, ജൂതൻ എന്നിങ്ങനെ എത്രയെത്ര തരം തിരിക്കലുകൾ. ഭാര്യ സെസിൽ ബ്രൂഡറുടെ കഥയും തഥൈവ. മുൻ ഓസ്ട്രിയക്കാരി. സംശയാതീത. തുന്നൽപ്പണിക്കാരി. ജൂത. ഈ തരംതിരിക്കലിൽ നിന്ന് അതുവരേക്കും രക്ഷപ്പെട്ട ഒരേയൊരാൾ ഡോറാ ബ്രൂഡർ മാത്രം.

ആർക്കറിയാം ഒരു വേള അവസാനം വരെ അവൾ രക്ഷപ്പെട്ടിരുന്നേനെ. തന്നിലേക്കു ശ്രദ്ധയാകർഷിക്കാതെ, കോൺവെന്റിന്റെ കറുത്ത ചുമരുകൾക്കകത്ത് നിഴലോടു നിഴലായി രാവും പകലുമുള്ള പതിവുചര്യകൾ നിഷ്കർഷയോടെ അനുസരിച്ചു ജീവിച്ചിരുന്നുവെങ്കിൽ അവളും രക്ഷപ്പെടുമായിരുന്നു. ഡോർമിറ്ററി. പള്ളി. റെഫക്റ്ററി. കളിസ്ഥലം. ക്ലാസ്റൂം. പള്ളി. ഡോമിറ്ററി.

ഡോറ പിറന്നു വീണ 15 സാടേർ റോഡിലെ റോത്സ്ചൈൽഡ് ആശുപത്രി പ്രസവവാർഡിനും ഹോളി ഹാർട്ട് ഓഫ് മേരി കോൺവെന്റിനുമിടയ്ക്ക് ഏതാനു മീറ്ററുകളുടെ ദൂരമേ ഉണ്ടായിരുന്നുള്ളൂ. അതു യാദൃച്ഛികമായിരുന്നോ എന്തോ. കോൺവെന്റിന്റെ മതിലിനു സമാന്തരമായി കിടന്നിരുന്ന സ്റ്റേഷൻ റോഡിന്റെ തുടർച്ചയായിരുന്നു സാടേർ റോഡ്.

മരങ്ങൾ തണൽ പാകിയ പ്രശാന്തമായ ചുറ്റുവട്ടം. ഇരുപത്തഞ്ചു വർഷം മുമ്പ് 1971 ജൂണിൽ ഒരു ദിവസം മുഴുവനും ഞാനാ ചുറ്റുവട്ടത്ത് അലഞ്ഞു തിരിഞ്ഞതോർക്കുന്നു. ഇന്നും യാതൊരു മാറ്റവും സംഭവിച്ചിട്ടില്ല. അന്ന് പൊടുന്നനെ വീണ വേനൽമഴയിൽ നിന്നു രക്ഷ നേടാനായി പല പൂമുഖപ്പുരകളിലും കയറി നിന്നതോർക്കുന്നു. അന്ന് ഞാൻ മറ്റാരുടേയോ കാൽപ്പാടുകൾ പിന്തുടരുന്നതായി എനിക്കു തോന്നിയിരുന്നു.

1942. വേനൽക്കാലമായപ്പോഴേക്കും കോൺവെന്റിന്റെ പരിസരം അപകടമേഖലയായി മാറിയിരുന്നു. രണ്ടു വർഷത്തോളം തുടർച്ചയായി നടക്കുന്ന ജൂതവേട്ട. റോത്സ്ചൈഡ് ആശുപത്രിയിലും അതിനോടനുബന്ധിച്ച അനാഥാലയത്തിലും പിക്പസ് റോഡിലെ അഗതിമന്ദിരത്തിലും നിരന്തരം പൊലീസ് പരിശോധനകളുണ്ടായി. ആ അഗതിമന്ദിരത്തിലാണ് ഡോറയുടെ ജനനസർട്ടിഫിക്കറ്റിൽ ഒപ്പു വെച്ച ഗസ്പാർഡ് മെയെർ ജോലിചെയ്തിരുന്നതും താമസിച്ചിരുന്നതും. ഡ്രാൻഷി തടങ്കൽ കാമ്പിൽ നിന്ന് എത്തിച്ചേർന്ന രോഗികൾക്ക് റോത്സ്ചൈഡ് ആശുപത്രി യഥാർത്ഥത്തിൽ ഒരു കെണിയായിരുന്നു. സ്വകാര്യ ഡിറ്റക്റ്റീവ് കമ്പനി ഫാറാലികിന്റെ മറയിൽ ജർമൻ സൈനികരുടെ ചാരക്കണ്ണുകൾ സദാ ഈ സ്ഥാപനങ്ങളിലായിരുന്നു. പലരും അറസ്റ്റു ചെയ്യപ്പെട്ടു. അനാഥാലയത്തിൽ നിന്ന് കുട്ടികൾ ഡോറയുടെ പ്രായത്തിലുള്ള ബാലികമാർ കോൺവെന്റിന് എതിർ വശത്തുള്ള 48ആം നമ്പർ കെട്ടിടത്തിൽ നിന്ന് ഡോറയുടെ സമപ്രായക്കാരായ ഒമ്പതു പേർ മറ്റൊരിടത്തു നിന്ന് അതിലും ചെറുപ്പമായ കുട്ടികളും മാതാപിതാക്കളും. മതിൽക്കെട്ടിനകത്തെ കോൺവെന്റ് കെട്ടിടവും വളപ്പും മാത്രമാണ് ആ ചുറ്റുവട്ടത്ത് അഭേദ്യമായി നിലകൊണ്ടത്. പക്ഷേ അതിനും നിബന്ധനകളുണ്ടായിരുന്നു. പുറത്തേക്കുപോകാൻ അനുവാദമില്ല. കോൺവെന്റിനകത്തെ നിഴലുകളുമായി അലിഞ്ഞുചേർന്ന് സ്വയം വിസ്മൃതരായിക്കഴിയണം. ചുറ്റും എന്തായാലും ഇരുട്ടാണ് കർഫ്യൂവിന്റെ ഇരുട്ട്.

ഈ താളുകൾ ഞാനെഴുതുന്നത് 1996, നവംബറിലാണ്. മഴ നില്ക്കാനുള്ള ഭാവമേയില്ല. നാളെ ഡിസംബർ തുടങ്ങും. ഡോറ അപ്രത്യക്ഷയായി അമ്പത്തഞ്ചു വർഷം തികയുന്നു. ഡിസംബർ മാസത്തെ സായാഹ്നങ്ങളിൽ നേരത്തേ ഇരുട്ടു വീഴും. ഒരു കണക്കിന് അതു നല്ലതു തന്നെ. കാരണം മടുപ്പിക്കുന്ന മഴക്കാറു മൂടിയ ഇരുണ്ട പകൽനേരത്തിന് അറുതി വരും. വെളിച്ചം കുറഞ്ഞ പകലുകൾ, പകൽ തന്നെയോ അഥവാ മറ്റേതോ ഇടനേരമോ അതോ സന്ധ്യ വരെ നീണ്ടുനില്ക്കുന്ന സൂര്യഗ്രഹണമാണോ എന്നുള്ള ആശങ്കകൾ. വഴിവിളക്കുകളും കഫേകളും ഷോപ്പുകളും പ്രകാശമാനമാകുമ്പോൾ സായാഹ്നാന്തരീക്ഷം ഉന്മേഷം വീണ്ടെടുക്കും, നിഴലുകൾ തെളിയും. കവലകളിൽ വാഹനങ്ങളുടേയും,

നടപ്പാതകളിൽ ജനങ്ങളുടേയും തിക്കും തിരക്കും. ഈ തിരക്കിനും ബഹളത്തിനുമിടയിൽ എനിക്കു വിശ്വസിക്കാനേ ആവുന്നില്ല ഡോറ ഈ നഗരത്തിൽ അവളുടെ അച്ഛമ്മമാരോടൊപ്പം ഒരു കാലത്ത് പാർത്തിരുന്നുവെന്ന്. അന്ന് എന്റെ അച്ഛന് എനിക്കിന്നുള്ളതിനേക്കാൾ ഇരുപതു വയസ്സു ചെറുപ്പം. അന്നത്തെ പാരീസും ഇന്നത്തെ പാരീസും തമ്മിലുള്ള ബന്ധം കണ്ടെത്താൻ ശ്രമിക്കയാണ് ഞാൻ. ഈ ഉദ്യമത്തിൽ ഞാനൊറ്റയ്ക്കാണോ? ഞാൻ മാത്രമാണോ ഈ വിവരങ്ങളൊക്കെ കണ്ടെടുക്കാൻ ശ്രമിക്കുന്നത്? രണ്ടു കണ്ണികളെ വലിച്ചുനീട്ടി ഇണക്കിച്ചേർക്കാൻ ശ്രമിക്കുമ്പോൾ അവ വലിഞ്ഞു മുറുകി പൊട്ടിപ്പോയെന്നു വരും. ചില സായാഹ്നങ്ങളിൽ ഇന്നത്തെ നഗരമുഖത്തിനു പുറകിൽ ഇന്നലെയുടെ മിന്നിമറയുന്ന രൂപങ്ങൾ എനിക്കു കാണാനാകുന്നുണ്ട്.

ഉദാഹരണത്തിന് വിക്റ്റർ യൂഗോയുടെ ലെമിസെറാബ്ല്. അഞ്ചും ആറും ഖണ്ഡങ്ങൾ ഞാൻ വീണ്ടും വായിക്കയാണ്. *കോസെറ്റും ഷോൺ വാൽഷോണും* പാരിസിലൂടെ ദ്രുതഗതിയിൽ ഓടുകയാണ്. ഇസ്പെക്റ്റർ ഷവേർ അവരെ പിടികൂടാനായി പുറകേയുണ്ട്. സാഷാക്സ് ചുങ്കവാതിലിൽ നിന്നുള്ള അവരുടെ ഓട്ടം പാരിസിന്റെ മാപ്പിലൂടെ കിറുകൃത്യമായി കണ്ടെത്താം. സെയിൻ നദിക്കരെ എത്തുമ്പോഴേക്കും കോസെറ്റ് വല്ലാതെ തളർന്നിരിക്കുന്നു. അവളേയും പേറി ഷോൺ വാൽഷോൺ പ്ലോട് ഉദ്യാനത്തെച്ചുറ്റി നദിക്കരയിലെത്തുന്നു. *ഓസ്റ്റെർലിറ്റ്സ്* പാലത്തിലൂടെ വലംകരയിൽ കാലു കുത്തിയതേയുള്ളൂ, പാലത്തിനു മുകളിൽ ആശങ്കയുളവാക്കുന്ന നിഴലുകൾ പ്രത്യക്ഷപ്പെടുന്നു. രക്ഷപ്പെടാൻ ഒരേയൊരു മാർഗമേയുള്ളൂ. ഇടുങ്ങിയ ഷെമിൻവെത്സാന്തോതഖൈൻ ഇടവഴി.

പൊടുന്നനെ എനിക്കു തല ചുറ്റുന്ന പ്രതീതി. ഇൻസ്പെക്ടറിൽ നിന്നു രക്ഷപ്പെടാൻ കോസറ്റും ഷോൺ വാൽഷോണും ആകാശത്തിലൂടെ കുതിച്ചു ചാടിയെന്നോ? അത്രയും നേരത്തെ വിവരണത്തിൽ വിക്റ്റർ യൂഗോ പരാമർശിച്ച സ്ഥലങ്ങളൊക്കെ യാഥാർഥ്യമാണ്. പഴയ മാപ്പിൽ കടുകിട തെറ്റാതെ അടയാളപ്പെടുത്തുകയും ചെയ്യാം. പക്ഷേ ഇനിയിപ്പോൾ പറയാൻ പോകുന്നത് തികച്ചും സാങ്കല്പികം. *പെറ്റിറ്റ് പിക്ക്പിസ്* എന്നൊരു ചുറ്റുവട്ടം അന്നത്തെ പാരീസിലില്ല.

സ്വപ്നങ്ങളിൽ കാണുന്ന അപരിചിതമായ തെരുവ്. ഉണരുമ്പോൾ ബോധ്യമാകുന്നു - ഉവ്വ്, ആ തെരുവിൽ കണ്ടതെല്ലാം പരിചിതമാണ്, മറ്റേതോ തെരുവിൽ മറ്റെന്നോ കണ്ടതാണ്. അത്തരമൊന്നാണ് എന്നെ അസ്വസ്ഥനാക്കുന്നത്. ആ കാല്പനിക ചുറ്റുവട്ടത്തിലെ തെരുവുകളുടെ കിടപ്പും പേരുമൊക്കെ യൂഗോ സ്വന്തം ഭാവനയിൽ നിന്നു കണ്ടെടുത്തതാണ്. പാറാവു പൊലീസിന്റെ കണ്ണുവെട്ടിക്കാൻ കോസറ്റും ഷോൺ വാൽഷോണും ഒരു മതിലിനു പുറകിലേക്ക് നുഴഞ്ഞു കടന്നതായി യൂഗോ എഴുതുന്നു. അത് അതിവിശാലമായ ഒരുദ്യാനമായിരുന്നു.

തണുപ്പുകാലരാത്രികളിൽ മാത്രം പ്രകടമാവുന്ന വിഷാദഭാരം പേറി നില്ക്കുന്ന ഉദ്യാനം. ഈ ഉദ്യാനം ഒരു കോൺവെന്റിന്റെ ഭാഗമാണെന്നും കോൺവെന്റ് നിലകൊള്ളുന്നത് 62 പെറ്റിറ്റ് പിക്പിസ് റോഡിലാണെന്നും യൂഗോ കൃത്യമായി പറയുന്നു. ഡോറ താമസിച്ചിരുന്ന ഹോളി ഹാർട്ട് ഓഫ് മേരി കോൺവെന്റിനും ഇതേ അഡ്രസ്സാണ്.

യുഗോ തുടർന്നെഴുതുന്നു ഈ കഥ നടക്കുന്ന കാലത്ത് അവിടെ ഒരു കോൺവെന്റും അതിനോടനുബന്ധിച്ച് ഒരു ബോർഡിംഗ് സ്കൂളും ഉണ്ടായിരുന്നു... ബാലികമാർക്ക്... നീലയുടുപ്പും വെളുത്ത തൊപ്പിയുമായിരുന്നു വേഷം. കോൺവെന്റ് വളപ്പിനകത്ത് മൂന്നു കെട്ടിടങ്ങളുണ്ടായിരുന്നു. കന്യാസ്ത്രീകൾ താമസിച്ചിരുന്ന പ്രധാന കെട്ടിടം, ബാലികമാർക്കായുള്ള ബോർഡിംഗ് സ്കൂൾ പിന്നെ കൊച്ചു കോൺവെന്റ് എന്ന മറ്റൊരു ചെറിയ വീടും.

ഇത്രയൊക്കെ വിവരിച്ചശേഷം യൂഗോ തുടരുന്നു ഈ വഴിയെ കടന്നുപോകുമ്പോൾ ഈ അസാധാരണ സ്ഥാപനത്തിനകത്തേക്ക് പ്രവേശിക്കാതിരിക്കാനാവില്ല. സഹചരരുടേയും ശ്രോതാക്കളുടേയും നന്മയ്ക്കായി ഷോൺ വാൽഷോണിന്റെ കദനകഥ പറയാതിരിക്കാനാവില്ല.

എന്റെ മുൻഗാമികളെപ്പോലെ ഞാനും യാദൃച്ഛികതയിലും കഥാകൃത്തിന്റെ ഭാവനാശക്തിയിലും വിശ്വസിക്കുന്നു. ഇന്ദ്രിയഗോചരമല്ലാത്തതിനെ കാണാനുള്ള ഭാവനാശക്തി. ദീർഘദൃഷ്ടി. അതീന്ദ്രിയജ്ഞാനം ഇംഗ്ലീഷിൽ പറഞ്ഞാൽ Clairvoyance. അത് വരദാനമാണെന്നു പറയുന്നത് അല്പം കൂടിപ്പോകും, സത്യത്തിൽ സാഹിത്യകാരന് അവശ്യം വേണ്ട കഴിവുകളിലൊന്നാണിത്. കാല്പനികതയിലേക്ക് ചിറകു വിരിച്ചു പറക്കാൻ കഴിയുക. മനുഷ്യസഹജമായ അലസതയെ മറികടന്ന് ഓരോ വിശദാംശവും സൂക്ഷ്മതയോടെ നിർവചിച്ച്, കഥയുടെ ചരട് മുന്നോട്ടു കൊണ്ടു പോകുക. സൂക്ഷ്മവിവരങ്ങൾ ഒരൊഴിയാബാധയായി മനസ്സിനെ നിരന്തരം മഥിക്കും. അങ്ങനെ ഇത്തരത്തിലുള്ള മസ്തിഷ്കവ്യായാമം കാലക്രമേണ ഭൂത ഭാവി സംഭവങ്ങളെ ഗണിച്ചെടുക്കാനുള്ള അതീന്ദ്രിയജ്ഞാനത്തിനു വഴി തെളിക്കും. ലാറൌസ് നിഘണ്ടു അങ്ങനെയാണ് ക്ലയർവൊയൻസ് എന്ന പദത്തെ നിർവചിക്കുന്നത്

1941 ഡിസംബറിലെ പാരീസ് സായാഹ്നപത്രത്തിൽ വന്ന ഡോറയുടെ അന്തർധാനത്തെപ്പറ്റിയുള്ള പരസ്യം ഡിസംബർ 1988ലാണ് ഞാൻ വായിച്ചത്. അതിൽപ്പിന്നെ ഞാനതിനെപ്പറ്റിത്തന്നെ നിരന്തരം ചിന്തിച്ചുകൊണ്ടിരുന്നു. ചില വിവരങ്ങളുടെ കൃത്യത എന്നെ വല്ലാതെ അലട്ടി.

41 ഓർണനോ ബുളേവാഡ്, പൊക്കം 1.55 മീറ്റർ, നീണ്ട മുഖം, തവിട്ടു കലർന്ന ചാരനിറക്കണ്ണുകൾ, സ്പോർട്സ് ജാക്കറ്റ്, കടും നീല സ്കർട്ട്. തൊപ്പി, ജിം ഷൂസ്. പക്ഷേ ഈ കിറുകൃത്യമായ വിവരങ്ങളെ ആവരണം

ചെയ്തിരിക്കുന്നതോ അന്ധകാരം, അജ്ഞത, അനന്തവിസ്മൃതി. ഡോറയെപ്പറ്റി എന്തെങ്കിലും തുമ്പു കണ്ടെടുക്കുക ദുസ്സാധ്യമായിരിക്കുമെന്ന് എനിക്കന്നു തോന്നി. അന്നെനിക്ക് അനുഭവപ്പെട്ട ശൂന്യതയും നഷ്ടബോധവും മറ്റൊരു നോവലെഴുതാൻ എന്നെ പ്രേരിപ്പിച്ചു *മധുവിധു*[7] ഡോറയിൽ മനസ്സു പിടിച്ചു നിറുത്താനുള്ള ഒരു ശ്രമമായിരുന്നു അത്. അവളെപ്പറ്റി എന്തെങ്കിലും കണ്ടെടുക്കാൻ, സങ്കല്പിച്ചെടുക്കാൻ, അവൾ സഞ്ചരിച്ച പാതകൾ, സന്ദർശിച്ച സ്ഥലങ്ങൾ അങ്ങനെയെന്തെങ്കിലും കണ്ടെടുക്കാനുള്ള ഒരു പ്രയത്നം. അവളുടെ അച്ഛനമ്മമാരെപ്പറ്റിയോ അവൾ തിരോധാനം ചെയ്ത സാഹചര്യങ്ങളെക്കുറിച്ചോ അന്ന് ഞാൻ അജ്ഞനായിരുന്നു. എനിക്കിത്രയേ അറിയുമായിരുന്നുള്ളു

ഡോറാ ബ്രൂഡർ

ഏണസ്റ്റ് ബ്രൂഡർ 21/5/1899. വിയന്ന. പൗരത്വമില്ല.

1942 സപ്റ്റംബർ 18ന് ഓഷ്‌വിറ്റ്സിലേക്ക് അയയ്ക്കപ്പെട്ടവരുടെ ലിസ്റ്റിലായിരുന്നു ഞാനതു കണ്ടത്.

മധുവിധു എഴുതുമ്പോൾ 1960കളിലെ എന്റെ ചില പരിചയക്കാരികൾ മനസ്സിലുണ്ടായിരുന്നു. ആൻ ബി, ബെല്ലാ ഡി.... ഡോറയുടെ സമപ്രായക്കാർ. ഒരുവൾ ജനിച്ചതുപോലും ഡോറ ജനിച്ച അതേ മാസത്തിൽ. ഒരുവേള കാഴ്ചയിലും സാമ്യതയുണ്ടെന്നു വന്നേക്കാം. നാസി അധിനിവേശകാലത്ത് ഇവരും ഡോറയുടേതു പോലുള്ള സാഹചര്യത്തിൽ പെട്ടുപോയിരിക്കാം,. ഇന്നെനിക്കു തോന്നുന്നത് മറ്റൊന്നാണ്. ഇരുനൂറു പേജുകളെഴുതിയതിനുശേഷമേ സത്യാവസ്ഥയുടെ ഒരു നേരിയ കിരണം എനിക്കു പിടിച്ചെടുക്കാനായുള്ളൂ. അതും ഏതാനും വരികൾ മാത്രം.

'ട്രെയിൻ നാഷ്യോങ് സ്റ്റേഷനിൽ നിന്നു. അതിനപ്പുറത്തേക്ക് പോകില്ല. ബസ്റ്റീൽ കടന്നുപോയിരിക്കുന്നു. റിഗൂഡിനും ഇഗ്രിസിനും ബസ്റ്റീലിലിറങ്ങി പോട്ഡൊറിയിലേക്കു മാറിക്കേറണ്ടതായിരുന്നു. അവർ നാഷ്യോങ് സ്റ്റേഷനിൽ നിന്നു പുറത്തേക്കു നടന്നു. ചുറ്റിലും ഹിമപ്പരപ്പ്. അനേകം കൊച്ചു തെരുവുകൾ മുറിച്ചുകടന്ന് ഹിമവണ്ടി സൂ ബുളേവാഡിലെത്തി.'

ഡോറ അപ്രത്യക്ഷയായ ഡിസംബറിലെ ആ വൈകുന്നേരത്ത് *പിക്പസ്* റോഡിനും കോൺവെന്റിനും പുറകിലുള്ള ഈ തെരുവുകൾ മഞ്ഞുമൂടിക്കിടന്നിരിക്കണം.

ആ ഒരു നിമിഷം മാത്രം. പുസ്തകത്തിലെ ഏതാനും വരികളിലൂടെ ഞാനറിയാതെ സ്ഥലകാലങ്ങളിൽ ഞാനവൾക്കു സമീപമെത്തിയത് ആ ഒരു നിമിഷം മാത്രം.

---

7. Voyage de noces : a novel by Patrick Modiano, Gallimard 1994

അങ്ങനെ സ്കൂൾ റജിസ്റ്ററിൽ ഡോറാ ബ്രൂഡറുടെ പേരിനു താഴെ അവൾ സ്കൂളിൽനിന്നു പിരിഞ്ഞുപോയ തിയതിയും കാരണവും നാം കണ്ടെത്തി 14 ഡിസംബർ 1941 വിദ്യാർഥിനി ഓടിപ്പോയി.

14 ഡിസംബർ ഞായറാഴ്ചയായിരുന്നു. ഒഴിവു ദിവസം. അച്ഛനമ്മമാരെ ചെന്നു കാണാൻ പറ്റിയ ദിവസം. അന്നു വൈകിട്ട് അവൾ കോൺവെന്റിൽ തിരിച്ചെത്തിയില്ല.

വർഷാവസാനത്തെ ആ ദിവസങ്ങൾ. നാസിജർമനിയുടെ അധീനതയിൽ പാരിസിന് കഴിച്ചുകൂട്ടേണ്ടിവന്ന ഏറ്റവും ഇരുണ്ടതും ശ്വാസം മുട്ടിക്കുന്നതുമായ ദിവസങ്ങൾ. ഡിസംബർ 8നും 14നുമിടയ്ക്ക് ജർമൻ സൈനികർക്കുനേരെ രണ്ടു വധശ്രമങ്ങൾ നടന്നു. ഇതിനുള്ള പ്രതിക്രിയയെന്നോണം വൈകിട്ട് ആറു മണിമുതൽ കർഫ്യു നടപ്പിലായി. ഡിസംബർ 12ന് 700 ഫ്രഞ്ചുജൂതന്മാരെ കൂട്ടത്തോടെ അറസ്റ്റു ചെയ്തു. ജൂതസമുദായത്തിനുമേൽ ഒന്നടങ്കം ഒരു ബില്യൺ ഫ്രാങ്ക് പിഴചുമത്തപ്പെട്ടു. അന്നു രാവിലെ മോൺവലേറിയനിലെ എഴുപതു ജൂതത്തടവുകാർ വധിക്കപ്പെട്ടു. ഡിസംബർ 10നു പുറപ്പെടുവിച്ച തദ്ദേശ പൊലീസ് ഉത്തരവനുസരിച്ച് സെയിൻ ചുറ്റുവട്ടത്തുള്ള ഫ്രഞ്ചുകാരും അല്ലാത്തവരുമായ ജൂതർ പലേ നിയമങ്ങൾക്കും വിധേയരാകേണ്ടി വന്നു. ഇടയ്ക്കിടെ വീടു പരിശോധന. ജൂതൻ/ജൂത എന്നെഴുതിയ തിരിച്ചറിയൽ കാർഡുകൾ എപ്പോഴും കൈവശം വെക്കേണ്ടതുണ്ട്. താമസിക്കുന്ന ചുറ്റുവട്ടത്തിനു പുറത്തു പോകാൻ അനുവാദമില്ല. മേൽവിലാസത്തിലെന്തെങ്കിലും മാറ്റം വന്നാൽ ഇരുപത്തിനാലു മണിക്കൂറിനകം പൊലീസിനെ അറിയിക്കേണ്ടതാണ്.

പതിനെട്ടാം വാർഡിലെ ചില ഭാഗങ്ങളിൽ ഡിസംബർ ഒന്നു മുതൽ കർഫ്യൂ നടപ്പാക്കിയിരുന്നു. വൈകിട്ട് ആറു മണിക്കുശേഷം ആർക്കും അവിടെ പ്രവേശിക്കാനാവാത്ത നില. ആ പരിസരത്തെ *സാപ്ലൂ*വടക്കമുള്ള മെട്രോ സ്റ്റേഷനുകളൊക്കെ ആറുമണിയോടെ അടയ്ക്കും. ബ്രൂഡർ കുടുംബം താമസിക്കുന്നതിന് ഏറ്റവും അടുത്തുള്ള സൗകര്യപ്രദമായ മെട്രോ ആയിരുന്നു സാപ്ലൂ. *ഷാംപ്യൊണെ* റോഡിലേക്ക് ആരോ കൈബോംബെറിഞ്ഞതാണ് കാരണം.

പതിനെട്ടാം വാർഡിലെ കർഫ്യൂ മൂന്നു ദിവസം നീണ്ടുനിന്നു. അതു പിൻവലിച്ചയുടൻ പത്താംവാർഡു മുഴുവനും കർഫ്യൂവിലായി. *മജെൻറാ ബുളേവാഡിൽ* അജ്ഞാതർ അധികാരികളുടെ നേരെ വെടിവെച്ചത്രെ. പിന്നെ ഡിസംബർ എട്ടു മുതൽ 14 വരെ പാരീസിൽ മുഴുവനും കർഫ്യൂ. ഡിസംബർ 14 – അന്നാണ് ഡോറയെ കാണാതായത്.

ചുറ്റുവട്ടത്തുള്ള വിളക്കുകൾ ഓരോന്നായി അണയുന്നതോടെ കോൺവെന്റും പരിസരവും ഇരുളിലാണ്ട് ജയിലു പോലാവും. ഡോറ കോൺവെന്റിലും അവളുടെ അച്ഛനമ്മമാർ വീട്ടിലും തടവുകാരായി. 1940 ഒക്ടോബറിൽ നടന്ന കണക്കെടുപ്പിൽ അച്ഛൻ അവളുടെ പേര് ജൂതഫയലിൽ വെളിപ്പെടുത്തിയില്ല. ഡിസംബർ 10ന് വീണ്ടും പൊലീസ് ഉത്തരവു വന്നു എന്തെങ്കിലും മാറ്റങ്ങളുണ്ടെങ്കിൽ ഉടനടി അധികാരികളെ അറിയിക്കണമെന്നും പറഞ്ഞ്. ഡോറയുടെ തിരോധാനത്തിനുമുമ്പ് അവളെക്കുറിച്ചുള്ള വിവരങ്ങൾ കുടുംബഫയലിൽ എഴുതിച്ചേർക്കാൻ അവളുടെ അച്ഛന് സമയമോ താത്പര്യമോ ഉണ്ടായിരുന്നിരിക്കില്ല. കോൺവെന്റിലെ അന്തേവാസിനിയായിരിക്കുന്നേടത്തോളം കാലം മകൾ സുരക്ഷിതയാണെന്നും അവളെക്കുറിച്ച് പൊലീസിനു സംശയം തോന്നാനിടയില്ലെന്നും ധരിച്ചു കാണും.

എന്തുകൊണ്ടാണ് നാം ഒളിച്ചോടിപ്പോകാൻ തീരുമാനിക്കുന്നത്? ഞാനും ഒളിച്ചോടിയിട്ടുണ്ട്. 1961 ജനുവരി 18ന്. അക്കാര്യം എനിക്ക് നല്ല ഓർമയുണ്ട്. 1941 ഡിസംബറിലെ വൈക്ലബ്യം നിറഞ്ഞ അന്തരീക്ഷമായിരുന്നില്ല, 1961 ജനുവരിയിൽ പാരീസിൽ. *വിലാകോബ്ലേ* വിമാനത്താവളത്തിനപ്പുറത്തു കൂടിയായിരുന്നു എന്റെ രക്ഷാമാർഗം. ഡോറയുടെ പാലായനവും എന്റേതും തമ്മിൽ ഒരൊറ്റക്കാര്യത്തിലേ സാമ്യതയുള്ളു രണ്ടും തണുപ്പുകാലത്തായിരുന്നു. എന്റേത് അതിസാധാരണമായ ഒരു ശൈത്യകാലത്ത്. പതിനെട്ടുകൊല്ലം മുമ്പുള്ള പ്രക്ഷുബ്ധമായ ശൈത്യകാലവുമായി അതിന് യാതൊരു സാമ്യവുമില്ല. പക്ഷേ ഒന്നുണ്ട് ശൈത്യകാലത്തെ തണുത്തിരുണ്ട പകലുകളാണ്. ഓടിപ്പോകാനുള്ള പ്രേരണ നല്കുന്നത്. തീവ്രമായ ഏകാന്തത അനുഭവപ്പെടുന്ന, കൂടിന്റെ വാതിലടയാൻ പോകുന്നുവെന്ന ബോധം ഉൽക്കടമാവുന്ന ഇരുണ്ട പകലുകൾ.

ഡിസംബർ 14, ഞായറാഴ്ച. കുറെനാളുകൾക്കു ശേഷം കർഫ്യൂ ആദ്യമായി പിൻവലിച്ച ദിവസം. വൈകിട്ട് ആറുമണിക്കു ശേഷവും ജനങ്ങൾക്ക് പുറത്തിറങ്ങി നടക്കാം. പക്ഷേ, ഉച്ചതിരിയുമ്പോഴേക്ക് നേരമിരുട്ടും. ഫ്രാൻസിലെ ജനജീവിതം ജർമൻ സമയമനുസരിച്ചാണ്.

അന്നെപ്പോഴാവും ഡോറയുടെ അസാന്നിധ്യം കോൺവെന്റിലെ കന്യാസ്ത്രീകളുടെ ശ്രദ്ധയിൽ പെട്ടിട്ടുണ്ടാവുക? ഒരു വേള പ്രാർഥന സമയത്ത്? അതല്ലെങ്കിൽ അന്തേവാസികളൊക്കെ ഡോർമിറ്ററിയിലേക്കു

പോകുന്ന സമയത്ത്. മദർ സുപ്പീരിയർ ഡോറയുടെ അച്ഛനമ്മമാരുമായി ബന്ധപ്പെടാൻ ശ്രമിച്ചുകാണും. അവൾ അവരോടൊപ്പമുണ്ടോ എന്നറിയണമല്ലോ. മദർ സുപ്പീരിയറിന് അറിയാമായിരുന്നോ ഡോറയും കുടുംബവും ജൂതരാണെന്ന്? ജീവചരിത്രക്കുറിപ്പനുസരിച്ച് *മദർ സുപ്പീരിയറിന്റെ ധൈര്യവും ദയാവായ്പും കാരണം പീഡിതരായ ജൂതകുടുംബത്തിലെ കുട്ടികൾ കോൺവെന്റിൽ അഭയം തേടിയിരുന്നു. മറ്റു കന്യാസ്ത്രീകളും അത്രതന്നെ ധൈര്യത്തോടെ, വിവേകത്തോടെ പിന്തുണ നല്കിയതിനാൽ മദർ സുപ്പീരിയർ ഒരിക്കലും എത്ര വലിയ ആപത്തു വന്നാലും പിൻവാങ്ങിയില്ല.*

പക്ഷേ ഡോറയുടെ കാര്യം വ്യത്യസ്തമായിരുന്നു. 1940 മെയ് മാസത്തിൽ ഡോറ കോൺവെന്റിൽ ചേർന്ന സമയത്ത് ജൂതവേട്ട ആരംഭിച്ചിരുന്നില്ല. 1942 ജൂലൈയ്ക്കുശേഷമാണ് ക്രൈസ്തവ മതസ്ഥാപനങ്ങൾ ജൂതക്കുട്ടികളെ ഒളിപ്പിക്കാൻ തുടങ്ങിയത്. അപ്പോഴേക്കും ഡോറ കോൺവെന്റിൽ ചേർന്ന് ഒന്നരക്കൊല്ലം കഴിഞ്ഞിരുന്നു. ഒരുവേള അക്കാലത്ത് കോൺവെന്റിലുണ്ടായിരുന്ന ഏക ജൂതബാലികയായിരുന്നു ഡോറ എന്നുംവരാം. മറ്റു കന്യാസ്ത്രീകൾക്കും സഹപാഠികൾക്കും ഇക്കാര്യം അറിയാമായിരുന്നോ?

ബ്രൂഡർ കുടുംബം താമസിച്ചിരുന്ന സത്രത്തിന്റെ താഴത്തെ നിലയിലായിരുന്നു കഫേ മാർഷൽ. അവിടെ ഒരു ടെലിഫോണുണ്ടായിരുന്നു. 4474. അതിൽ നിന്ന് ബ്രൂഡറുടെ ഒറ്റമുറി വീടുണ്ടായിരുന്ന കെട്ടിടത്തിലേക്ക് ലൈനുണ്ടായിരുന്നോ എന്നെനിക്കറിയില്ല. അക്കാലത്തെ ഫോൺ ഡയറക്ടറികളിൽ കോൺവെന്റിന്റേയോ. കോൺവെന്റിനോടനുബന്ധിച്ചുള്ള മറ്റു സ്ഥാപനങ്ങളുടേയോ പേരുകളില്ല.

ആർക്കറിയാം, മദർ സുപ്പീരിയർ തിങ്കളാഴ്ച്ച രാവിലെ വരെ കാത്തിരുന്നു കാണും എന്നിട്ട് കഫേ മാർഷൽ കഫേയിലേക്ക് ഫോൺ ചെയ്തിരിക്കും. അതല്ലെങ്കിൽ ഡോറയുടെ വീട്ടിലേക്ക് ഒരു കന്യാസ്ത്രീയെ പറഞ്ഞയച്ചു കാണും. വിവരമറിഞ്ഞ് ഡോറയുടെ അച്ഛനമ്മമാർ കോൺവെന്റിലേക്ക് ചെന്നിരിക്കുമോ?

ഡോറ പാലായനം ചെയ്ത ദിവസത്തെ കാലാവസ്ഥ എങ്ങനെയിരുന്നു? ആ വിവരം സഹായകമായേക്കും. സൂര്യൻ തെളിഞ്ഞുപ്രകാശിക്കുന്ന അധികം തണുപ്പില്ലാത്ത ദിവസമായിരുന്നോ? മനസ്സിന് ഉല്ലാസവും ഉത്സാഹവും തോന്നുന്ന പകൽനേരം? സമയം നിലച്ചുപോയ പ്രതീതി, കെണിയുടെ വാതിലടയും മുമ്പ് ഈ വിടവിലൂടെ ഒന്നു കടന്നുകിട്ടിയാൽ മതി, എന്നെന്നേക്കുമായി മുക്തി നേടാമെന്ന പ്രതീതി.

ഡിസംബർ 14ന് പാലായനം ചെയ്ത ഡോറയെക്കുറിച്ചുള്ള പരസ്യം ഡിസംബർ 31ന് പാരിസ് സായാഹ്ന പത്രത്തിൽ വന്നു. അതിനുശേഷം ഡോറയ്ക്ക് എന്തു സംഭവിച്ചുവെന്നതിനെപ്പറ്റി ഒരുപാടു കാലത്തേക്ക് ഞാൻ അജ്ഞനായിരുന്നു. പിന്നെ ഒരു തുമ്പു കിട്ടി. എട്ടു മാസങ്ങൾക്കു ശേഷം 1942 ഓഗസ്റ്റ് 13ന് അവൾ *ഡ്രാൻഷി*യിലെ തടങ്കൽ പാളയത്തിലുണ്ടായിരുന്നുവെന്ന്. ഫയലിൽ പറയുന്നത് *ടുറേൽ* കാമ്പിൽ നിന്നാണ് അവളെ കൊണ്ടുവന്നതെന്നാണ്. അന്ന് ഓഗസ്റ്റ് 13ന് *ടുറേലിൽ* നിന്ന് 300 ജൂതസ്ത്രീകളെ ഡ്രാൻഷിയിലേക്കു മാറ്റിയിതായി രേഖകളിൽ കാണുന്നു.

ടുറേൽ തടങ്കൽപാളയം വളരെ മുമ്പ് കൊളോണിയൽ സൈന്യങ്ങളുടെ പട്ടാളക്യാമ്പുകളായിരുന്നു. 1940ഒക്ടോബറിലാണ് അവിടെ നിയമസാധുതയില്ലാത്ത പ്രവാസി ജൂതരെ പാർപ്പിക്കാൻ തുടങ്ങിയത്. 1941നു ശേഷം പുരുഷന്മാരെ നേരിട്ട് *ഡ്രാൻഷിയിലേക്കോ ലുവാറേയിലേക്കോ* അയയ്ക്കാൻ തുടങ്ങി. *ടുറേൽ* നിയമസാധുതയില്ലാത്ത ജൂതസ്ത്രീകൾക്കും, കമ്യൂണിസ്റ്റുകൾക്കും സാധാരണ ക്രിമിനലുകൾക്കുമായി നീക്കി വെക്കപ്പെട്ടു.

ഡോറാ ബ്രൂഡറെ എപ്പോൾ എന്തു കാരണവശാലാണ് ടുറേലിലേക്കയച്ചത്? അതിനെ സംബന്ധിച്ച വല്ല രേഖകളും ഉണ്ടായിരിക്കുമോ? അവയിൽ നിന്നെന്തെങ്കിലും ഉത്തരം കിട്ടുമോ? ഉത്തരങ്ങൾ? അനുമാനിക്കാനേ എനിക്കാകൂ. ഒരു വേള അലഞ്ഞുതിരിയവേ റോഡിൽവെച്ചാവും അവൾ അറസ്റ്റു ചെയ്യപ്പെട്ടിരിക്കുക. ഡോറ പാലായനം ചെയ്ത് രണ്ടു മാസങ്ങൾക്കുശേഷം 1942 ഫെബ്രുവരിയിൽ ജർമൻ അധികാരികൾ പുതിയൊരുത്തരവ് പുറപ്പെടുവിച്ചിരുന്നു. ജൂതർക്ക് വീടോ അഡ്രസ്സോ മാറാനുള്ള അവകാശമില്ല. രാത്രി എട്ടു മണികഴിഞ്ഞാൽ പുറത്തിറങ്ങാനും പാടില്ല. റോഡുകളും ഇടവഴികളും പൊലീസിന്റെ തീക്ഷ്ണ നിരീക്ഷണത്തിലായിരുന്നു. ആ സാഹചര്യത്തിൽ എല്ലു കോച്ചുന്ന ഫെബ്രുവരിയിലൊരു നാൾ ജൂതപ്രശ്നപ്പൊലീസ്[8] അവളെ അറസ്റ്റു ചെയ്തിരിക്കും. മെട്രോകളുടേയും തിയറ്ററുകളുടേയും വാതിൽക്കൽ

8. ജൂതപ്രശ്നപ്പൊലീസ് (Police aux Questions Juives- PQJ) ജൂതരെ സംബന്ധിക്കുന്ന വിഷയങ്ങൾ കൈകാര്യം ചെയ്യാൻ മാത്രമായി 1941ൽ രൂപീകരിക്കപ്പെട്ട പൊലീസ് വിഭാഗം

ജൂതാന്വേഷികളായ പൊലീസ് തക്കം പാർത്തിരുന്നു. എനിക്കതിശയം തോന്നുന്നുണ്ട് - പേരും മറ്റു വിവരങ്ങളും പത്രത്തിൽ വന്നശേഷവും പതിനാറുകാരിയായ അവളെങ്ങനെ പൊലീസിന്റെ കണ്ണിൽപ്പെടാതെ രണ്ടുമാസത്തോളം കഴിച്ചു കൂട്ടി? എവിടെയെങ്കിലും ഒളിത്താവളം കണ്ടെത്തിയിരിക്കുമോ? 1941-42ലെ പാരീസ് ശൈത്യകാലം അങ്ങേയറ്റം കഠിനവും ഇരുളടഞ്ഞതുമായിരുന്നു നവംബർ മുതൽ മഞ്ഞു വീഴാൻ തുടങ്ങിയിരുന്നു, ജനുവരിയിലെ താപ നില -15° സെന്റിഗ്രേഡ് മഞ്ഞുരുകി ഐസുകട്ടയായി. ഫെബ്രുവരിയിൽ വീണ്ടും കനത്ത മഞ്ഞു വീഴ്ച അത്തരമൊരു പാരീസിൽ അവളെങ്ങനെ ജീവിച്ചു. എവിടെയാവും അഭയം ലഭിച്ചിരിക്കുക?

അവൾ 'അവരുടെ' വലയിൽ വീണത് ഫെബ്രുവരിയിലാവും എന്നു ഞാൻ കരുതുന്നു. സാധാരണ ബീറ്റ് പൊലീസുകാരോ അതല്ലെങ്കിൽ ജൂതപ്രശ്നപൊലീസോ പൊതുസ്ഥലത്തെവിടേയെങ്കിലും വെച്ച് തിരിച്ചറിയൽ കാർഡ് ചോദിച്ചിരിക്കും...

ആരുടേയോ ഓർമക്കുറിപ്പുകളിൽ വായിച്ചതാണ് പതിനെട്ടും പത്തൊമ്പതും വയസ്സുള്ള പെൺകുട്ടികളെ, ചിലപ്പോൾ ഡോറയെപ്പോലെ പതിനാറുകാരികളെപ്പോലും ജർമൻ നിയമങ്ങൾ ലംഘിച്ചുവെന്ന കുറ്റത്തിന് ടുറേലിലെ തടങ്കൽപാളയത്തിലേക്കയയ്ക്കുമായിരുന്നു. ഫെബ്രുവരിയിൽ ജൂതർക്കു വിലക്കു കല്പിച്ചുകൊണ്ടുള്ള ജർമൻ ഉത്തരവുകൾ നടപ്പായശേഷം എന്റെ അച്ഛനെ *ഷാസ്എലീസി*യിൽ വെച്ച് പൊലീസ് അറസ്റ്റു ചെയ്യുകയുണ്ടായി. *മാറിംഗ്* റോഡിലുള്ള റെസ്റ്റോറന്റിൽ കൂട്ടുകാരിയോടൊപ്പം അത്താഴത്തിനു ചെന്നതായിരുന്നു. പൊലീസ് സ്ഥലത്തെത്തി റെസ്റ്റോറന്റിന്റെ വാതിലടച്ചു. എല്ലാവരോടും തിരിച്ചറിയൽ രേഖകൾ കാണിക്കാനാവശ്യപ്പെട്ടു. അച്ഛന്റെ കൈവശം രേഖകൾ ഒന്നുമില്ലായിരുന്നു. അച്ഛനും മറ്റു പലരും അറസ്റ്റു ചെയ്യപ്പെട്ടു. ബ്ലാക് മറിയ എന്ന ചെല്ലപ്പേരുള്ള പൊലീസ് വാനിൽ ഗ്രെഫ്യൂൾ റോഡിലുള്ള സ്റ്റേഷനിലേക്കു കൊണ്ടുപോകെ കൂട്ടത്തിൽ ഒരു പതിനേഴു പതിനെട്ടു വയസ്സുള്ള ഒരു പെൺകുട്ടിയുടെ നിഴൽ കണ്ടതായി അച്ഛൻ പറഞ്ഞു. പൊലീസ്സ്റ്റേഷനിലെത്തിയശേഷം തെരക്കിനിടയിൽ അവളെ പിന്നെ കണ്ടില്ല. അവരൊക്കെ പൊലീസിന്റെ തലവൻ ഷെബ്ലിനു മുമ്പാകെ ഹാജരാക്കപ്പെട്ടു. ലോക്കപ്പിലേക്കു കൊണ്ടുപോകുന്നതിനിടയിൽ പെട്ടെന്നുണ്ടായ വൈദ്യുതിത്തകരാറ് ഇരുട്ടു പരത്തിയപ്പോൾ അവസരം മുതലെടുത്ത് അച്ഛൻ എങ്ങനെയോ തടിതപ്പി.

1963 ജൂൺ മാസത്തിലെ ഒരു രാത്രിയിൽ *ഷാസ്എലീസി* പരിസരത്തെ ഒരു റെസ്റ്റോറണ്ടിൽ അത്താഴം കഴിച്ചുകൊണ്ടിരിക്കേയാണ് അച്ഛൻ എന്നോടിക്കാര്യം പറഞ്ഞത്. ഞങ്ങളിരുന്നതിനു അല്പം ദൂരേയായിട്ടാണ് അച്ഛൻ ഇരുപതുകൊല്ലം മുമ്പ് അറസ്റ്റു ചെയ്യപ്പെട്ടതത്രെ. ആ സംസാരത്തിനിടയ്ക്ക് പെൺകുട്ടിയുടെ കാര്യം പറഞ്ഞുവെന്നുമാത്രം.

അതിലപ്പുറം അവളെങ്ങനെ ആയിരുന്നെന്നോ എന്തായിരുന്നു വേഷമെന്നോ ഒന്നും അച്ഛന് അറിയുമായിരുന്നില്ല. ഞാനും അക്കാര്യം അപ്പാടെ മറന്നായിരുന്നു, ഡോറയെക്കുറിച്ചുള്ള പരസ്യം കാണുംവരെ. പതിനെട്ടുകാരിയെക്കുറിച്ച് അച്ഛൻ സൂചിപ്പിച്ചതോർത്ത് എനിക്കു തോന്നി അത് ഡോറയായിക്കൂടേയെന്ന്. അങ്ങനെ അറസ്റ്റുചെയ്യപ്പെട്ട് *ടുറേലി*ലേക്കു പറഞ്ഞയയ്ക്കപ്പെട്ടതാണെന്നു വരരുതോ.

1942ലെ ആ തണുപ്പുകാലത്ത് അച്ഛനും ഡോറയും തമ്മിൽ പരിചയപ്പെട്ടിരുന്നെങ്കിലോ എന്നു ഞാനാലോചിക്കയാണ്. വിപരീത ധ്രുവങ്ങളിൽ നില്ക്കുന്ന രണ്ടുപേർ. പക്ഷേ അന്ന് ആ തണുത്തുറഞ്ഞ രാത്രിയിൽ അവരിരുവരും ഒരേ വിഭാഗത്തിൽപ്പെട്ടു – നിയമസാധുതയില്ലാത്തവർ. 1940 ഒക്ടോബറിൽ നടന്ന ജൂത സെൻസസ്സിൽ എന്റെ അച്ഛനും പേരെഴുതിച്ചിരുന്നില്ല. ഡോറാ ബ്രൂഡറെപ്പോലെ എന്റെ അച്ഛനും ജൂതഫയൽ നമ്പർ ഇല്ലായിരുന്നു. അതുകാരണം നിയമസാധുതയുമില്ല. ജോലിയില്ലെങ്കിൽ, കുടുംബമില്ലെങ്കിൽ, ദേശീയതയില്ലെങ്കിൽ, ജനനത്തിയതി ഇല്ലെങ്കിൽ, അഡ്രസ്സില്ലെങ്കിൽ നിങ്ങളാരുമല്ലെന്നു വരുന്ന ലോകത്തിൽ നിന്ന് എല്ലാതരത്തിലുമുള്ള ബന്ധങ്ങളും ബന്ധനങ്ങളും വേർപെടുത്തിയവനായിരുന്നു എന്റെ അച്ഛൻ. ഒന്നിലും പെടാത്ത സന്ദിഗ്ധാവസ്ഥ. അനിശ്ചിതാവസ്ഥ. പലായനത്തിനുശേഷം ഡോറയെപ്പോലെ.

പക്ഷേ ഒന്നാലോചിക്കുമ്പോൾ, അവരുടെ ഭാഗധേയങ്ങൾ അത്യന്തം വ്യത്യസ്തമായിരുന്നു. കോൺവെന്റിൽ നിന്നു പലായനം ചെയ്ത പതിനാറുകാരിക്ക് അന്നത്തെ സാഹചര്യങ്ങളിൽ വളരെ കുറച്ചു രക്ഷാമാർഗങ്ങളേയുള്ളു. പൊലീസിന്റെ കണ്ണിൽ അവൾ രണ്ടു തരത്തിൽ കുറ്റവാളിയാണ് ഒന്ന് ജൂത, രണ്ട് പ്രായപൂർത്തിയാകാത്തവൾ.

എന്റെ അച്ഛൻ ഡോറയേക്കാൾ പതിനാലു വയസ്സു മൂത്തതായിരുന്നു. സ്വന്തം രക്ഷാമാർഗം അയാൾ കണ്ടെത്തിയിരുന്നു. നിയമസാധുതയില്ലെങ്കിൽ അങ്ങനെ. ആ വഴിക്കു ജീവിതം തുടരാമല്ലോ. സ്വന്തം കൗശലമുപയോഗിച്ച് പാരിസിൽ ജീവിക്കാം, കള്ളക്കടത്തിന്റേയും കരിഞ്ചന്തയുടേയും ചതുപ്പുനിലങ്ങളിലേക്ക് സൗകര്യപൂർവ്വം തിരോധാനം ചെയ്യാം. പിന്നെ അതായി അച്ഛന്റെ വഴി.

അന്ന് അച്ഛനോടൊപ്പം പൊലീസു വാനിൽ ഉണ്ടായിരുന്ന പെൺകുട്ടി ഡോറയാവില്ലെന്ന് ഈയടുത്തകാലത്ത് ഞാൻ കണ്ടെത്തിയിരിക്കുന്നു. *ടുറേൽ* തടങ്കൽ പാളയത്തിലെ അന്തേവാസികൾക്കിടയിൽ ഞാൻ ഡോറയുടെ പേരു തെരയുകയായിരുന്നു. ഇരുപതും ഇരുപത്തൊന്നും പ്രായമുള്ള രണ്ട് പോളിഷ് ജൂതസ്ത്രീകളെ ഫെബ്രുവരി 18നും 19നും അറസ്റ്റു ചെയ്തിട്ടുണ്ട്. അവരുടെ പേരുകൾ സൈമാ ബെർഗർ, ഫ്രെഡൽ ട്രയ്സ്റ്റർ എന്നിങ്ങനെയാണ്. തിയതി ശരിയാണ്. പക്ഷേ ഡോറ ഇവരിലൊരാളാവുന്നതെങ്ങനെ? പൊലീസ്സ്റ്റേഷനിൽ നിന്ന് പുരുഷന്മാരെ *ഡ്രാൻഷി*

ക്യാമ്പിലേക്കും സ്ത്രീകളെ ടുറേൽ ക്യാമ്പിലേക്കുമാണ് കൊണ്ടുപോയത്. ഒരു വേള അച്ഛനെപ്പോലെ ആ അജ്ഞാത പെൺകുട്ടിയും രക്ഷപ്പെട്ടിരിക്കണം. അന്നു രാത്രി അറസ്റ്റു ചെയ്യപ്പെട്ട അനേകം നിഴലുകളെപ്പോലെ അവളും എന്നെന്നും അജ്ഞാതയായി തുടരും. നാസി അധികാരികൾ പൊലീസ് ഫയലുകളെല്ലാം എന്നോ നശിപ്പിച്ചു കളഞ്ഞിരിക്കുന്നു. റോഡിൽ വെച്ച് നടത്തിയ അറസ്റ്റുകളുടേയോ കൂട്ടത്തോടെ വളഞ്ഞു പിടിച്ചവരുടേയോ പേരുവിവരങ്ങൾ ലഭ്യമല്ല. ഞാനിതേപ്പറ്റി എഴുതിയിരുന്നില്ലെങ്കിൽ 1942 ഫെബ്രുവരിയിൽ *ഷാസ്എലീസി* പ്രദേശത്തുനിന്നു പിടികൂടിയവരുടെ കൂട്ടത്തിൽ ഒരു പെൺകുട്ടിയും ഉണ്ടായിരുന്നുവെന്ന് ആരും, ഒരുകാലത്തും അറിഞ്ഞില്ലെന്നു വരും. ജീവിച്ചിരിക്കുന്നവരോ മരിച്ചവരോ ആയ ആ വ്യക്തികൾക്കു മാത്രമേ അതറിയൂ. *അജ്ഞാതർ* എന്ന വിഭാഗത്തിൽ ഔദ്യോഗികമായി എഴുതിത്തള്ളപ്പെട്ടവരാണ് അവരെല്ലാം.

ഇരുപതു വർഷങ്ങൾക്കുശേഷം, അച്ഛനെന്നോട് ഇക്കഥയൊക്കെ പറയുന്നതിനു അല്പം മുമ്പ് മിഷേൽ തിയറ്ററിൽ അമ്മയുടെ നാടകം നടക്കുന്ന സമയം. *മാഥുറിഗ്രെഫുൽ* റോഡുകളുടെ കോണിലുള്ള കഫേയിൽ ഞാൻ അമ്മയേയും കാത്തിരിക്കും. അന്നെനിക്ക് അറിയില്ലായിരുന്നു ആ ഭാഗത്തെവിടേയോ വെച്ച് അച്ഛന്റെ ജിവൻ അപകടത്തിലായ കഥ. ആ പരിസരം മുമ്പ് ഒരു ഇരുട്ടറയായിരുന്നുവെന്ന വസ്തുതയും എനിക്കറിയില്ലായിരുന്നു. ഞാനും അമ്മയും അവിടെ *ഗ്രെഫുൽ* റോഡിലെ റെസ്റ്റോറന്റിൽ അത്താഴം കഴിച്ചു. പഴയ ജൂതപ്രശ്നപ്പൊലീസിന്റെ ഹെഡ്ക്വാർട്ടേഴ്സ്, പൊലീസ് സൂപ്രണ്ട് ഷെബ്ലിന്റെ ഓഫീസ് ആ റോഡിലായിരുന്നു. ഒരു വേള റെസ്റ്റോറൻറ് ആ കെട്ടിടത്തിൽത്തന്നെ ആയിരുന്നിരിക്കാനും മതി. ഷാക് ഷെബ്ലിൻ. ജനനം 1901. മ്യുളൂസ്. അയാളുടെ ശിങ്കിടികളായിരുന്നു *ഡ്രാൻഷി, പിഥിവിയേ* തടങ്കൽപാളയങ്ങളിലെ തടവുകാരെ ഓഷ്റ്റ്സിലേക്കയയ്ക്കുംമുമ്പ് ദേഹപരിശോധനയ്ക്ക് വിധേയരാക്കിയത്.

ജൂതപ്രശ്നപ്പൊലീസ് തലവൻ ഷെബ്ലിൻ അഞ്ചാറു സഹായികളോടൊപ്പം കാമ്പിലെത്തും. തന്റെ പേരു മാത്രമേ പറയൂ. യൂണിഫോമില്ലാത്ത പൊലീസുകാരാണ് സഹായികൾ. അവർക്കു പേരില്ല. അവരുടെ ബെൽറ്റിന്റെ ഒരു വശത്ത് കൈത്തോക്കും മറുവശത്ത് കുറുവടിയും തൂങ്ങിക്കിടപ്പുണ്ടാകും.

സഹായികൾക്ക് നിർദ്ദേശങ്ങൾ നല്കി ഷെബ്ലിൻ സ്ഥലം വിടും. പിന്നെ വൈകുന്നേരമേ തിരിച്ചു വരൂ. കണ്ടെടുത്ത സാധനങ്ങൾ ശേഖരിക്കാൻ. ഓരോ സഹായിക്കും ഓരോ മേശ. മേശപ്പുറത്ത് രണ്ടു പെട്ടികൾ. ഒന്നിൽ പൈസ. മറ്റതിൽ സ്വർണം, വെള്ളി ഉരുപ്പടികൾ. ലജ്ജിപ്പിക്കുന്ന തരത്തിലുള്ള സൂക്ഷ്മമായ ദേഹപരിശോധനയ്ക്ക് ഓരോ തടവുകാരനും വിധേയനാക്കപ്പെടും. അടിയും തൊഴിയും നിത്യസാധാരണം. ചിലരുടെ ഉടുവസ്ത്രങ്ങളഴിപ്പിക്കും. ഭർത്സനവും തൊഴിയും.

പരിശോധന ധൃതിയിൽ തീർക്കാനുണ്ടെന്ന വ്യാജേന തടവുകാരുടെ വസ്ത്രങ്ങൾ വലിച്ചു കീറും. സ്ത്രീകളുടെ ദേഹപരിശോധനയെപ്പറ്റിയുള്ള വിവരങ്ങൾ ഞാൻ തത്കാലം ഒഴിവാക്കുന്നു.

പരിശോധന കഴിഞ്ഞാൽ പൈസയും സ്വർണവെള്ളി ഉരുപ്പടികളു മടങ്ങുന്ന പെട്ടികൾ കയറുകെട്ടി സീലു വെക്കും. ഇനി ഷെബ്ലിന്റെ കാറിലേക്കു കയറ്റുകയേ വേണ്ടു.

ഈ സീലു വെക്കൽ വെറും പ്രഹസനമായിരുന്നു. സീലുവെക്കുന്നത് പരിശോധകർ തന്നെയാണല്ലോ. തങ്ങൾക്കാവശ്യമുള്ള പണവും ഉരുപ്പടികളും അവരെടുത്തു കീശയിലാക്കിക്കാണും. ഇടയ്ക്കിടെ ചെലതൊക്കെ എടുത്തു കാണിക്കയും ചെയ്യും ഇതു കണ്ടോ ഈ മോതിരം ഒരു കെട്ടു നോട്ട് ഹോ ഞാനിതു മറന്നുപോയി. എന്നൊക്കെ. തടവുകാരുടെ കിടക്ക തലയിണകളും കുത്തിക്കീറി പരിശോധിച്ചിരുന്നു. ജൂതപ്രശ്നപ്പൊലീസ് നടത്തിയ ഈ പരിശോധനകളെപ്പറ്റി ഇന്ന് യാതൊരു വിധ വിവരവും ലഭ്യമല്ല.[9]

പരിശോധനാസംഘത്തിൽ എപ്പോഴും ഏഴു പുരുഷന്മാരും ഒരു സ്ത്രീയും. അവരുടെ പേരുകൾ അറിയില്ല. അന്ന് അവരൊക്കെ വളരെ ചെറുപ്പമായിരുന്നു, അതുകൊണ്ട് ഒരു വേള ഇന്നും ജീവിച്ചിരിപ്പുണ്ടാകും. പക്ഷേ അവരുടെ മുഖങ്ങൾ ആർക്കും തിരിച്ചറിയാനാകില്ല.

ഷെബ്ലിൻ 1943ൽ അപ്രത്യക്ഷനായി. നാസികൾ തന്നെ അയാളെ തീർത്തുകെട്ടിയെന്നാണ് കേൾവി. പക്ഷേ എന്റെ അച്ഛൻ ഉറപ്പിച്ചു പറയുന്നു. യുദ്ധമൊക്കെ അവസാനിച്ച് കുറെക്കാലത്തിനു ശേഷം *പോർത് മയ്ലൂവിൽ* വെച്ച് താനയാളെ കണ്ടെന്ന്, തിരിച്ചറിഞ്ഞെന്ന്.

---

9. 1943 നവമ്പറിലെ ഒരു ഔദ്യോഗിക റിപ്പോർട്ടിൽ നിന്ന്

ബ്ലാക് മരിയ പൊലീസ് വാൻ 1960കളിലും പ്രചാരത്തിലിരുന്നു. ഒരിക്കൽ അച്ഛനോടൊപ്പം എനിക്കും അതിനകത്ത് കയറിക്കൂടേണ്ടി വന്നു. ആ സംഭവത്തിന് ഒരു പ്രത്യേക പ്രതീകാത്മതയുണ്ട്, അതുകൊണ്ട് ഇത്തരുണത്തിൽ അതേപ്പറ്റി പറയാതെ വയ്യ.

സാഹചര്യങ്ങൾ അതീവ സാധാരണമായിരുന്നു. പതിനെട്ടു വയസ്സായിരുന്നെങ്കിലും നിയമപ്രകാരം എനിക്ക് പ്രായപൂർത്തിയായിട്ടില്ല. എന്റെ അച്ഛനമ്മമാർ വിവാഹബന്ധം വേർപെടുത്തി, ഒരേ സത്രത്തിൽ വെവ്വേറെ വാടകവീടുകളിലായിട്ടായിരുന്ന താമസം. ഞാൻ അമ്മയോടൊപ്പം. അച്ഛന്റെ അപ്പഴത്തെ കൂട്ട് എളുപ്പത്തിൽ പരിഭ്രമിച്ചു ബഹളം വെക്കുന്ന ഒരു സ്ത്രീയായിരുന്നു. അവരുടെ മുടിക്ക് വൈക്കോലിന്റെ ചേലായിരുന്നു. എനിക്ക് ചെലവിനു തരാൻ അച്ഛൻ ബാധ്യസ്ഥനായിരുന്നു. വളരെ ചെറിയ തുക. എന്നിട്ടും അച്ഛൻ അതിൽ വീഴ്ച്ച വരുത്തി. കോടതിയുടെ ഉത്തരവാണ്. ഇരു കക്ഷികളേയും അറിയിച്ചതുമാണ്. അന്ന് അതേച്ചൊല്ലി കോണിപ്പടിയിൽ വെച്ച് അമ്മയും അച്ഛനും തമ്മിൽ പൊരിഞ്ഞ വഴക്കു നടന്നു. വീട്ടിലെത്തി അമ്മ എന്നോടു പറഞ്ഞു, ചെന്ന് അച്ഛന്റെ കൈയിൽനിന്നു പൈസ വാങ്ങിക്കൊണ്ടു വരാൻ. ഞങ്ങൾക്ക് ഈ പൈസ യല്ലാതെ വേറെ വരുമാനമില്ലായിരുന്നു. ശല്യപ്പെടുത്തുന്നതിൽ ക്ഷമിക്കണം എന്നൊക്കെ പറഞ്ഞ് അച്ഛനോട്, സൗമ്യമായി, വിനയത്തോടെ അപേക്ഷിക്കണമെന്ന് മനസ്സിൽ കരുതിയാണ് ചെന്നു ബെല്ലടിച്ചത്. പക്ഷേ അച്ഛൻ വാതിൽ കൊട്ടിയടച്ചു. കൂടെ താമസിച്ചിരുന്ന സ്ത്രീ പൊലീസിനു ഫോൺ ചെയ്തു. ഒരു തെമ്മാടി വീട്ടിനു മുന്നിൽ വന്ന് ബഹളമുണ്ടാക്കുന്നെന്ന്.

പത്തു മിനിട്ടു കഴിഞ്ഞില്ല, പൊലീസ് എന്നെത്തേടി അമ്മയുടെ വീട്ടിലെത്തി. അച്ഛനേയും എന്നേയും ബ്ലാക് മരിയയിൽ കയറ്റി. വാനിനകത്ത് ഞങ്ങൾ മുഖാമുഖം ഇരുന്നു. ഇരുവശത്തും പൊലീസുകാരും. ഇതെനിക്ക് പുത്തരിയാണ്. പക്ഷേ അച്ഛൻ ഇതിനുമുമ്പും പൊലീസ് വാനിൽ കയറിയിട്ടുള്ളവനാണ്. ഇരുപതു കൊല്ലം മുമ്പ് ജൂ.പ്ര. പൊലീസിന്റെ പിടിയിലകപ്പെട്ടപ്പോഴും ഇത്തരമൊരു വാനിലല്ലേ പോയിരിക്കുക? അച്ഛനതൊക്കെ ഓർമിക്കുന്നുണ്ടാവുമോ എന്നു ഞാൻ ചിന്തിച്ചു പോയി. അച്ഛനാണെങ്കിൽ എന്റെ നേരെ നോക്കിയതേയില്ല. എന്നെ തീർത്തും അവഗണിക്കുന്നതായി നടിച്ചു.

ആ യാത്രയിലെ ഓരോ നിമിഷവും ഞാൻ കൃത്യമായി ഓർക്കുന്നു. സെയിൻ നദിയുടെ തീരത്തുകൂടെ, സാപേർ റോഡ്, സാഷെർമാ ബുളേ വാഡ്. ദൂമാഗു കഫേക്കു മുന്നിലുള്ള ട്രാഫിക് ലൈറ്റിൽ നിൽക്കേണ്ടി വന്നപ്പോൾ. അവിടെ വെയിലേറ്റിരുന്ന് കോഫി കുടിക്കുന്നവരെ പൊലീസ് വാനിന്റെ ജനലഴികളിലൂടെ ഞാൻ അസൂയയോടെ നോക്കിക്കണ്ടു. പക്ഷേ ഭാഗ്യവശാൽ എനിക്ക് പേടിക്കാനൊന്നും ഇല്ലായിരുന്നു. ഫ്രാൻസിന്റെ സുവർണകാലമല്ലായിരുന്നോ ഉജ്ജ്വലമായ മുപ്പതു വർഷങ്ങൾ.[10]

പക്ഷേ എനിക്കദ്ഭുതം തോന്നിയത് മറ്റൊരു കാര്യത്തിലായിരുന്നു. നാസി അധീനകാലത്ത് പലതും സഹിച്ച എന്റെ അച്ഛൻ എന്നെ പൊലീസ് വാനിൽ കയറ്റിക്കൊണ്ടുപോകുന്നതു തടയാൻ ശ്രമിച്ചതേയില്ല. ഞാനൊരു കുഷ്ഠരോഗിയാണെന്നപോലെ വെറുപ്പോടെ, അവഗണനയോടെ എന്നെ നോക്കുന്ന അച്ഛനിൽ നിന്ന് സ്റ്റേഷനിലെത്തിയാലും യാതൊരു വിധ ഔദാര്യവും പ്രതീക്ഷിക്കേണ്ടതില്ലെന്ന് എനിക്കുറപ്പായി. ഇതെന്തൊരന്യായം! ഈ വ്യക്തിയെ അയാളുടേതായ സ്ഥാനത്തു നിന്നുകൊണ്ട് മനസ്സിലാക്കാൻ ശ്രമിക്കുന്നതിനിടയിലാണ് ഈ സംഭവം. ഞാനൊരു പുസ്തകം എഴുതിത്തുടങ്ങിയിരുന്നു. അതിലൂടെ നാസി അധീനകാലത്ത് അച്ഛന് അനുഭവിക്കേണ്ടി വന്ന യാതനകളിലൂടെ ജീവിക്കാൻ ശ്രമിക്കയായിരുന്നു. അച്ഛന്റെ പുസ്തകങ്ങൾക്കിടയിൽ 1940 കളിലെ ജൂതവിരുദ്ധ സാഹിത്യം ഞാൻ കണ്ടെത്തിയിരുന്നു. ഈ എഴുത്തുകാർക്കൊക്കെ ജൂതസമൂഹത്തോട് എന്താണിത്ര വിരോധം എന്നറിയാൻ വേണ്ടി വാങ്ങിച്ചതാവണം. വളഞ്ഞ മൂക്കും കൂർത്തുമൂർത്ത നഖങ്ങളുമുള്ള രാക്ഷസന്മാരാണത്രെ ജൂതന്മാർ. എല്ലാതരം ദുഃസ്വഭാവങ്ങളും ഉള്ളവർ. ഈ ലോകത്തിലെ സകലമാന ദോഷങ്ങൾക്കും ജൂതരാണ് കാരണക്കാർ. എല്ലാ കുറ്റങ്ങൾക്കും അവരാണ് ഉത്തരവാദികൾ. ഇതൊക്കെയായിരുന്നു പുസ്തകത്തിൽ. എന്റെ ആദ്യത്തെ പുസ്തകം ഇതിനൊക്കെയുള്ള ചുട്ട മറുപടിയായിരിക്കണമെന്ന് എനിക്കന്നു തോന്നിയിരുന്നു. എന്റെ അച്ഛനെ വ്രണപ്പെടുത്തിയവർ എന്നെയും വ്രണപ്പെടുത്തിയിരിക്കുന്നു. ഫ്രഞ്ചു സാഹിത്യത്തിലൂടെത്തന്നെ അവരെ നിശബ്ദരാക്കണം. എത്ര ബാലിശമായ പദ്ധതി. ആ എഴുത്തുകാരിൽ പലരും അതിനകം ഭൂലോകം വിട്ടു പോയിരുന്നു ചിലർ വധശിക്ഷയ്ക്കു വിധിക്കപ്പെട്ടു, ചെലർ നാടുകടത്തപ്പെട്ടു, ചിലർ ജരാനരകൾ ബാധിച്ച് മരണമടഞ്ഞു. ഞാൻ വളരെ വൈകിപ്പോയിരുന്നു.

അന്ന് ലാബി റോഡിലെ പൊലീസ് സ്റ്റേഷനിലാണ് ബ്ലാക് മറിയ ചെന്നു നിന്നത്. ഞങ്ങൾ ഇൻസ്പെക്ടറുടെ മുന്നിൽ ഹാജരാക്കപ്പെട്ടു. വളരെ ചുരുങ്ങിയ വാക്കുകളിൽ അച്ഛൻ പറഞ്ഞു, ഇവനാണ് ആ

10. യുദ്ധാനന്തരം 1945-75 വരേയുള്ള മുപ്പതു വർഷക്കാലം ഫ്രാൻസിന്റെ സുവർണയുഗമായി ട്രോൺ ഗ്ലോറിയോസ് (Trente Glorieuses, Glorious Thitry). കണക്കാക്കപ്പെടുന്നു.

തെമ്മാടിയെന്ന്. പതിനാറു വയസ്സുമുതൽ ഇതേ പരിപാടിയാണെന്നും പറഞ്ഞു. ഇൻസ്പെക്ടർ എനിക്കു താക്കീതു നല്കി ഇനിയും ഇതു പോലൊന്നുണ്ടായാൽ അകത്താക്കുമെന്ന്. ഇനിയഥവാ അപ്പോൾത്തന്നെ എന്നെ അകത്താക്കിയാലും അച്ഛൻ അതിനെതിരായി ചെറുവിരൽ പോലും അനക്കുമായിരുന്നില്ല.

ഞങ്ങളിരുവരും ഒന്നിച്ചാണ് സ്റ്റേഷനിൽ നിന്നിറങ്ങിയത്. ഇതിന്റെ യൊക്കെ വല്ല ആവശ്യവുമുണ്ടായിരുന്നോ, നാട്ടുകാരുടെ മുന്നിൽ വെച്ച് എന്നെ പൊലീസിനെക്കൊണ്ട് പിടിപ്പിക്കണമായിരുന്നോ എന്ന് ഞാൻ അച്ഛനോടു ചോദിച്ചു. അച്ഛൻ മറുപടി പറഞ്ഞില്ല. 1942ലെ ആ പഴയ കഥ അച്ഛനെ ഓർമിപ്പിക്കണമെന്നുണ്ടായിരുന്നു എനിക്ക്. ഒരു വേള എനിക്കു തോന്നിയത്ര പ്രാധാന്യം അച്ഛന് തോന്നിയിരിക്കില്ല. താമസം ഒരേ കെട്ടിടത്തിലായിരുന്നതിനാൽ ഞങ്ങൾ ഒരുമിച്ചാണ് വീട്ടിലേക്കു നടന്നത്. പക്ഷേ വഴിക്ക് പരസ്പരം ഒരക്ഷരം ഉരിയാടിയില്ല. കോണി യുടെ തലപ്പത്തെത്തിയപ്പോൾ ഇരുവരും അവരവരുടെ വഴിക്കു പോയി. അടുത്ത വർഷം ഓഗസ്റ്റ് മാസത്തിൽ അച്ഛനെ വീണ്ടുമൊരിക്കൽ കാണേണ്ടതായി വന്നു. നിർബന്ധ പട്ടാളസേവനത്തിനായി എന്റെ പേർക്ക് വന്ന ഉത്തരവ് അച്ഛൻ ഒളിപ്പിച്ചുവെച്ചു. അധികാരികൾ വന്ന് ബലംപ്രയോഗിച്ച് എന്നെ പട്ടാളക്കാമ്പിലേക്ക് പൊക്കിയെടുക്കട്ടെ എന്നു കരുതിയിട്ടുണ്ടാവും. എന്തായാലും അതിനുശേഷം ഞാനച്ഛനെ കണ്ടി ട്ടില്ല.

1941 ഡിസംബർ 14ന് വീടു വിട്ടിറങ്ങിയതിൽപ്പിന്നെ ഡോറ എന്താവും ചെയ്തിരിക്കുക? കോൺവെന്റിന്റെ ഗേറ്റിലെത്തിയതും ഇനിയകത്തേക്കില്ല എന്നു തീരുമാനിച്ചു കാണുമോ? എന്നിട്ട് രാത്രി വരെ ആ പരിസരത്ത് കറങ്ങി നടന്നുകാണുമോ?

ആ ചുറ്റുവട്ടത്തെ റോഡുകൾക്കെല്ലാം അന്ന് പഴഞ്ചൻ പേരുകളായിരുന്നു. കോൺവെന്റിന്റെ വടക്കുഭാഗത്തുള്ള മതിലിനോടു ചേർന്നു കിടക്കുന്ന റോഡിന്റെ അങ്ങേത്തലയ്ക്കൽ ഒരു ഗൂഡ്സ്യാർഡ് ഉണ്ടായിരുന്നു. അവിടന്നു കുറച്ചു ദൂരം കൂടി നടന്നാൽ ലിയോങ് റെയിൽവേ സ്റ്റേഷൻ. കോൺവെന്റിന്റെ സമീപത്തുകൂടേയാണ് റെയിൽപ്പാളങ്ങൾ പോയിരുന്നത്. പാരിസ് നഗരത്തിന്റെ ഭാഗമായിരുന്നെങ്കിലും ആ ചുറ്റുവട്ടം വളരെ വ്യത്യസ്തമായിരുന്നു. കോൺവെന്റുകൾ, സെമിത്തേരികൾ, ബഹളമില്ലാത്ത റോഡുകൾ. ആകപ്പാടെ വളരെ പ്രശാന്തമായ അന്തരീക്ഷം. ലിയോങ് റെയിൽവേ സ്റ്റേഷൻ കോൺവെന്റിൽ നിന്ന് ദൂരെയല്ല എന്ന വസ്തുത ഡോറയെ ഓടിപ്പോകാൻ പ്രേരിപ്പിച്ചിരിക്കുമോ? കോൺവെന്റിനകത്തെ ഇരുട്ടിലും നിശ്ശബ്ദതയിലും അവൾക്ക് ഗുഡ്സ് ട്രെയിനുകളുടെ കടകടശബ്ദം കേൾക്കാമായിരുന്നു. ആ ട്രെയിനുകൾ പോകുന്നത് നാസികളുടെ അധീനത്തിലല്ലാത്ത സ്വതന്ത്രമേഖലയിലേക്കാണ്. തീർച്ചയായും സ്വതന്ത്ര മേഖല[11] എന്ന ഇരട്ടവാക്ക് അവൾ തീർച്ചയായും കേട്ടിരിക്കണം.

ഡോറയെപ്പറ്റിയുള്ള പരസ്യം കണ്ട സമയത്ത്, അവളെപ്പറ്റി ആ പരസ്യത്തിൽ കൂടുതലായൊന്നും അറിയാതിരുന്ന സമയത്ത് അവളെ മനസ്സിൽ പിടിച്ചുനിറുത്താനായി മാത്രം ഞാനൊരു നോവലെഴുതി. അതിൽ ഡോറയുടെ സമപ്രായക്കാരി ഇൻഗ്രിഡ് കൂട്ടുകാരനോടൊപ്പം സ്വതന്ത്രമേഖലയിൽ ഒളിച്ചുപാർക്കുന്നതായാണ് ഞാനെഴുതിയത്. അതിർത്തിരേഖ കടന്നുവെങ്കിലും പിന്നീട് ടുലോസ് ജയിലിലടക്കപ്പെട്ട

---

11. രണ്ടാം ലോകമഹായുദ്ധ കാലത്ത് 1940 മുതൽ 42 വരെ നാസി ജർമനി പാരീസടക്കമുള്ള ഉത്തരമേഖലയിൽ മാത്രമേ കൈകടത്തിയുള്ളു. വിഷി ഗവണ്മെന്റിന്റെ കീഴിലുള്ള തെക്കൻ മേഖല വിഷി ഫ്രാൻസ് എന്നും സ്വതന്ത്ര മേഖല (zone libre) എന്നും അറിയപ്പെട്ടു.

പതിനഞ്ചുകാരിയായ ബെല്ലാ ഡി. സ്വതന്ത്രമേഖലയിലേക്ക് രക്ഷപ്പെടാൻ ശ്രമിക്കവേ ശരിയായ യാത്രാരേഖകളില്ലാത്തതു കാരണം മൂന്നു മാസത്തെ തടവു ശിക്ഷയനുഭവിക്കേണ്ടി വന്ന ആൻ ബി... ഇവരെ യൊക്കെ അന്ന് മനസ്സിലോർത്തിരുന്നു...

രക്ഷപ്പെടാനുള്ള പദ്ധതി ഡോറ ബ്രൂഡർ മുൻകൂട്ടി ആലോചിച്ചുറ പ്പിച്ചിരുന്നോ? സഹായത്തിന് കൂട്ടുകാരനോ കൂട്ടുകാരിയോ ഉണ്ടായി രുന്നോ? പാരിസിൽത്തന്നെ പിടിച്ചുനിന്നോ, അതോ സ്വതന്ത്ര മേഖല യിലേക്കു കടക്കാൻ ശ്രമിച്ചോ?

ക്ലിങ്യാകൂർ പൊലീസ് സ്റ്റേഷനിലെ റെജിസ്റ്ററിൽ ഇപ്രകാരം കാണുന്നു. തിയതി വിഷയം വിവരച്ചുരുക്കം എന്നീ കോളങ്ങളിൽ

27 ഡിസംബർ 1941 ഡോറാ ബ്രൂഡർ. ജനനം 25-2-1926, പാരിസ് പന്ത്രണ്ടാം വാർഡ്, മേൽവിലാസം 41 ഒർണനോ ബുളേവാഡ്, അച്ഛൻ ഏണസ്റ്റ് ബ്രൂഡറുമായുള്ള (വയസ് 42) കൂടിക്കാഴ്ച

മാർജിനിൽ 7029, 21/12 എന്ന സംഖ്യകളുണ്ട്. ഇതെന്താണെന്ന് എനിക്കൊരു രൂപവുമില്ല.

മോമോർട്ര് കുന്നിനു പുറകിൽ 12 ലാംബേ റോഡിലുള്ള ക്ലിങ്യാകൂർ സബ്പൊലീസ് സ്റ്റേഷനിലെ അന്നത്തെ ഇസ്പെക്ടർ ഷ്യെയി. പക്ഷേ അവിടെയാവില്ല ഏണസ്റ്റ് ബ്രൂഡർ പോയിരിക്കുക. മോസെനിയിലെ മുഖ്യപൊലീസ് സ്റ്റേഷനിലാവും ചെന്നിരിക്കുക. അതാണല്ലോ വീട്ടിനടുത്തത്. അവിടത്തെ ഇൻസ്പെക്റ്ററുടെ പേര് കോർണെക്.

ഡോറയെ കാണാതായിട്ട് അന്നേക്കു പതിമൂന്നു ദിവസമായിരിക്കുന്നു. ഏണസ്റ്റ് ബ്രൂഡർ പൊലീസിൽ വിവരമറിയിക്കാൻ ഇത്രയും നാൾ ക്ഷമിച്ചെന്നോ. ആ പതിമൂന്നു ദിവസത്തെ അയാളുടെ മാനസിക പീഡയും അരക്ഷിതാബോധവും ആർക്കും ഊഹിക്കാനേ ആവൂ. ആ പൊലീസ് സ്റ്റേഷനിലെ ജൂതഫയലിലായിരുന്നു ഡോറയുടെ പേരെഴുതിക്കേണ്ടിയിരുന്നത്. ഈ പരാതിയുമായി ചെന്നാൽ ആ പിഴവ് വെളിച്ചത്താവും. അവളെ കണ്ടുപിടിക്കാനുള്ള ശ്രമത്തിൽ അവളിലേക്ക് ശ്രദ്ധയാകർഷിക്കാതിരിക്കാനാവില്ല.

ഏണസ്റ്റ് ബ്രൂഡറുമായുള്ള കൂടിക്കാഴ്ചയുടെ വിവരങ്ങൾ പൊലീസ് ഫയലിലില്ല. ഒരു പ്രയോജനവുമില്ലാത്ത അത്തരം രേഖകളൊക്കെ അധികാരപ്പെട്ടവർ എന്നേ നശിപ്പിച്ചുകാണും. യുദ്ധം അവസാനിച്ച വർഷങ്ങളിൽ പലേ തരത്തിലുള്ള പൊലീസ് റെക്കോർഡുകളും നശിപ്പിക്കപ്പെട്ടു. പ്രത്യേകിച്ച് ജൂതസംബന്ധിയായ ഫയലുകൾ. ഉദാഹരണത്തിന് ആറു വയസ്സിനു മീതെ പ്രായമുള്ള ജൂതർക്കൊക്കെ മുമ്മൂന്നു മഞ്ഞ നക്ഷത്രങ്ങൾ നല്കപ്പെട്ടിരുന്നു. കൃത്യമായ വ്യക്തിഗത വിവരങ്ങൾ അതായത് പേര്, മേൽവിലാസം ജൂതഫയൽ നമ്പർ..... എഴുതിയ റജിസ്റ്ററിൽ ഇത് കിട്ടിബോധിച്ചതായി ഒപ്പിട്ടുകൊടുക്കുകയും വേണമായിരുന്നു. പാരീസിലും ചുറ്റുവട്ടത്തുമായി അത്തരം അമ്പതോളം റജിസ്റ്ററുകൾ ഉണ്ടായിരുന്നു. അവയുടെ പൊടിപോലും ഇന്നില്ല.

മകളെപ്പറ്റിയുള്ള ചോദ്യങ്ങൾക്ക് ഏണസ്റ്റ് ബ്രൂഡർ എന്താവും മറുപടി പറഞ്ഞിരിക്കുക എന്നു ഒരു കാലത്തും നമുക്കറിയാനാവില്ല. ഒരുവേള വിവരങ്ങൾ ചോദിച്ചറിഞ്ഞ കോൺസ്റ്റബിളിന് അതൊരു സാധാരണ സംഭവമായിരുന്നിരിക്കാം. ഏണസ്റ്റ് ബ്രൂഡറും ഫ്രഞ്ചു പൗരന്മാരും തമ്മിൽ പ്രത്യേകിച്ചൊരു വ്യത്യാസവും അയാൾ കണ്ടിരിക്കില്ല. പക്ഷേ സത്യാവസ്ഥ അങ്ങനെയല്ലല്ലോ. ഏണസ്റ്റ് ബ്രൂഡർ - മുൻ ഓസ്ട്രിയൻ, ദിവസക്കൂലിക്കാരൻ, ഒറ്റമുറി വീട്ടിൽ വസിക്കുന്നവൻ. പക്ഷേ മകളോ? പാരീസിൽ ജനിച്ചവൾ, ഫ്രഞ്ചു പൗരത്വമുള്ളവൾ, ബാലിക ഓടിപ്പോയിരിക്കുന്നു. ഇതൊക്കെ ഈ വിഷമം പിടിച്ച കാലത്ത് നിത്യസംഭവമായിത്തീർന്നിരിക്കുന്നു. പൊലീസുകാരനാണോ പത്രത്തിൽ പരസ്യം കൊടുക്കാൻ ഉപദേശിച്ചത്? അതോ വാർത്തകളന്വേഷിച്ച് പൊലീസു സ്റ്റേഷനുകൾ തോറും കറങ്ങി നടക്കുന്ന പത്രറിപ്പോർട്ടർ കോളം തികക്കാനായി സ്വയം കണ്ടെടുത്ത് എഴുതിച്ചേർത്തതോ?

1960 ജനുവരിയിലായിരുന്നു എന്റെ ഓടിപ്പോക്ക്. അന്നത്തെ എന്റെ വികാരതീവ്രത എനിക്കോർമയുണ്ട്. അത്തരമൊരു തീവ്രത വിരളമായേ എനിക്കനുഭവപ്പെട്ടിട്ടുള്ളു. എല്ലാ ബന്ധങ്ങളും ബന്ധനങ്ങളും ഒരൊറ്റ വെട്ടിൽ മുറിച്ചുമാറ്റാമെന്ന ലഹരി. നിയമങ്ങൾ, നിയന്ത്രണങ്ങൾ, ബോർഡിംഗ് സ്കൂൾ, അധ്യാപകർ, സഹപാഠികൾ. എല്ലാവരിൽനിന്നും മുക്തി. ഇവിടുന്നങ്ങോട്ട് ആരുമായും യാതൊരു വിധ കെട്ടുപാടുകളുമില്ല. അച്ഛനമ്മമാർ - നിങ്ങളെ ഒരിക്കലും മനസ്സിലാക്കാൻ ശ്രമിച്ചിട്ടില്ലാത്ത അവരോട് സഹായമഭ്യർഥിക്കുന്നത് പാഴ്‌വേലയാണ്. എതിർപ്പിന്റെയും ഏകാന്തതയുടേയും വികാരമൂർച്ഛ. മനസ്സിനെന്തൊരു ലാഘവം. എന്റെ ജീവിതത്തിൽ ഞാൻ ഞാനായി സ്വേച്ഛയാ പ്രവർത്തിച്ച വിരളമായ അവസരങ്ങളിലൊന്ന്.

പക്ഷേ ഈ നിർവൃതിക്ക് ആയുസ്സു കുറവാണ്. അതിനു ഭാവിയില്ല. വികാരമൂർച്ഛ എന്നന്നേക്കുമായി തകർന്നു തരിപ്പണമാവും.

ഓടിപ്പോക്ക്-സത്യത്തിൽ അത് ഒരു സഹായാഭ്യർഥനയാണ്. ചുരുക്കം ചില അവസരങ്ങളിൽ ഒരു തരത്തിലുള്ള ആത്മഹത്യയും. ക്ഷണനേരത്തേക്കെങ്കിലും അനശ്വരത അനഭവപ്പെടുന്നു. ഈ ലോകവുമായി മാത്രമല്ല, കാലപ്രവാഹവുമായും ബന്ധം വിച്ഛേദിച്ചിരിക്കുന്നുവെന്ന പ്രതീതി. ആകാശനീലിമയിലേക്കു പറന്നുയരാം. നിങ്ങളെ ഈ ഭൂമിയിൽ പിടിച്ചു നിറുത്താനായി ഒന്നുമില്ല. ഘടികാരത്തിന്റെ സൂചി എന്നന്നേക്കുമായി നിലച്ചുപോയിരിക്കുന്നു, വെയിൽക്കീറിലൂടേയുള്ള പ്രയാണത്തിൽ സ്തംഭിച്ചുപോയ ഉറുമ്പിനെപ്പോലെ.

ഞാൻ ഡോറയെപ്പറ്റി ചിന്തിക്കയാണ്. യുദ്ധം അവസാനിച്ച് ഏറെക്കാലം കഴിഞ്ഞ് ലോകവും കാലവും നിരുപദ്രവമായിത്തീർന്നപ്പോഴായിരുന്നു എന്റെ ഓടിപ്പോക്ക്. എന്നാൽ ഡോറയുടേത് എന്റേതുപോലെ

സുഗമമായിരുന്നിരിക്കില്ല. 1941 ഡിസംബർ. കർഫ്യൂ, പട്ടാളം, പൊലീസ്. അവളെ സംഹരിച്ചേ അടങ്ങൂ എന്നു ദൃഢവ്രതമെടുത്ത, വിദ്വേഷം നിറഞ്ഞ പാരീസ് നഗരത്തിൽ അവളൊറ്റയ്ക്ക്. അവൾക്ക് പതിനാറു തികയുന്നേയുള്ളു - എന്തുകൊണ്ടെന്നറിയില്ല ഈ ലോകം മുഴുവനും അവൾക്കെതിരായിരിക്കുന്നു.

ചെറുത്തുനില്പിനു തയ്യാറായ വേറേയും പലരുമുണ്ടായിരുന്നു പാരീസിൽ. അവരൊക്കെയും ഏകാന്തപഥികരായിരുന്നു. നാസികൾക്കു നേരെ, അവരുടെ ഓഫീസുകളിലേക്ക്, സൈന്യനിരകളിലേക്ക് ചെറുത്തുനില്പുകാർ കൈബോംബെറിഞ്ഞു. അവർക്കും അവളുടെ പ്രായമായിരുന്നു. അവരിൽ ചിലരുടെ മുഖങ്ങൾ 'പിടികിട്ടേണ്ട പുള്ളികൾ' എന്ന് നാസികൾ പരസ്യപ്പെടുത്തി. ഞാനവരെയൊക്കേയും ഡോറയോടൊപ്പം ബന്ധപ്പെടുത്തുന്നു.

1941ലെ വേനൽക്കാലത്ത് ഫ്രാൻസ് നാസിഅധീനത്തിലായ സമയത്ത് ഒരു സിനിമ തിയറ്ററുകളിലെത്തി. പൈങ്കിളി പ്രണയം. *പ്രഥമ സമാഗമം* എന്നായിരുന്നു പേര്. കഴമ്പില്ലാത്ത കഥയും ഉല്ലാസഭരിതരായ അഭിനേതാക്കളും ഉളവാക്കാനിടയില്ലാത്ത വിചിത്രമായ ഒരനുഭൂതി കഴിഞ്ഞ തവണ അതു കണ്ടപ്പോൾ എനിക്കുണ്ടായി. ഞാനെന്നോടു തന്നെ പറഞ്ഞു, ഒരു വേള ഏതെങ്കിലും ഒരു ഞായറാഴ്ച്ച ഡോറ ഈ പടം കണ്ടിരിക്കും. ബോർഡിംഗ് സ്കൂളിൽ നിന്ന് ഒളിച്ചോടുന്ന അവളോളം പ്രായമുള്ള ഒരു പെൺകുട്ടി വഴിക്കുവെച്ച് തന്റെ സ്വപ്നങ്ങളിലെ രാജകുമാരനെ കണ്ടുമുട്ടുന്നതാണ് കഥ.

ഈ സിനിമ ഒരു വേദനാസംഹാരി പോലെ ഡോറയ്ക്ക് അനുഭവപ്പെട്ടുകാണുമോ? ഈ സിനിമ കണ്ടിട്ടാവുമോ ഡോറ ഓടിപ്പോകാൻ തീരുമാനിച്ചത്. ഞാൻ സിനിമയിലെ വിശദാംശങ്ങളിൽ ശ്രദ്ധ കേന്ദ്രീകരിക്കാൻ ശ്രമിച്ചു. ഡോർമിറ്ററി, സ്കൂളിലെ ഇടനാഴികൾ, വിദ്യാർഥിനികളുടെ യൂണിഫോം.... ഇരുട്ടിയശേഷം നായിക കാത്തുനിൽക്കുന്ന കഫേ.... യാഥാർഥ്യവുമായി പൊരുത്തപ്പെടുന്ന ഒന്നും സിനിമയിലില്ല. സിനിമ ഏതാണ്ട് മുഴുവനും സ്റ്റൂഡിയോക്കകത്തു വെച്ചാവണം ഷൂട്ടു ചെയ്തത്. എന്നിട്ടും എനിക്ക് വല്ലാത്ത അസ്വസ്ഥത. സിനിമയിലെ അസാധാരണമായ പ്രകാശവീചികളായിരുന്നു കാരണം. ഫിലിമിലെ കണികകളുണ്ടാത്തിത്തീർത്തതാവാം. ചിലയിടങ്ങളിലെ കണ്ണഞ്ചിക്കുന്ന ധവളിമ വൈരുധ്യങ്ങളെ എടുത്തുകാട്ടി, മറ്റു ചെലപ്പോൾ പാടെ മറച്ചു കളഞ്ഞു. ചിലയിടത്ത് കടുത്ത പ്രകാശം വേറെ ചിലേടത്ത് വല്ലാത്ത മങ്ങൽ. ഇടയ്ക്കൊക്കെ സംഭാഷണം അത്യുച്ചത്തിൽ മറ്റു ചിലപ്പോൾ വളരെ പതിയെ.

ഫ്രാൻസ് നാസി അധീനത്തിലായതു മുതൽ എത്രയെത്രയോ കാണികൾ കണ്ടു കൺകുളുർത്ത സിനിമയാണിത്. സമൂഹത്തിന്റെ എല്ലാ തട്ടുകളിൽനിന്നുമുള്ള കാഴ്ചക്കാർ. അന്നത്തെ കാണികളിൽ

ഭൂരിഭാഗവും യുദ്ധത്തെ അതിജീവിച്ചു കാണില്ല. ഒരു ശനിയാഴ്ച്ചയോ ഒഴിവു ദിവസമോ അവർ സിനിമ കാണാനെത്തിയിരിക്കും. സിനിമ കണ്ടു കൊണ്ടിരിക്കേ അവരെല്ലാം മറന്നുകാണും. യുദ്ധവും ഭീഷണിനിറഞ്ഞ പുറംലോകവുമെല്ലാം. ഇരുണ്ട സിനിമാഹാളിനകത്ത് ചുരുണ്ടുകൂടി യിരിക്കേ തിരശീലയിൽ മിന്നിമറയുന്ന രൂപങ്ങളിൽ അവർ മുഴുകി പ്പോയിരിക്കും. കാണികളുടെ സമഗ്രമായ ദൃഷ്ടിപാതങ്ങളേറ്റ് ഫിലിമിൽ രാസപരിണാമം സംഭവിച്ചിരിക്കുന്നു. തിരശ്ശീലയിലെ രൂപങ്ങൾക്കും ശബ്ദങ്ങൾക്കും മാറ്റം സംഭവിച്ചിരിക്കുന്നു. ഡോറയെപ്പറ്റിയോർത്ത് *പ്രഥമ സമാഗമ*മെന്ന നിസ്സാരചിത്രം കാൺകെ എനിക്കതാണ് തോന്നിയത്.

ഏണസ്റ്റ് ബ്രൂഡർ അറസ്റ്റു ചെയ്യപ്പെട്ടു. 1942 മാർച്ച് 19ന്. കുറച്ചു കൂടി കൃത്യമായിപ്പറഞ്ഞാൽ അന്നാണ് അയാൾ *ഡ്രാൻഷി*യിലെ തടങ്കൽ പാളയത്തിലെത്തിയത്. അയാൾ അറസ്റ്റു ചെയ്യപ്പെടാനുണ്ടായ സാഹചര്യങ്ങളോ കാരണങ്ങളോ എനിക്കു കണ്ടെത്താനായിട്ടില്ല. ഓരോ ജൂതനേയും കുറിച്ചുള്ള വിവരങ്ങളടങ്ങിയ കുടുംബഫയലിൽ ഇത്രയേയുള്ളു.

ഏണസ്റ്റ് ബ്രൂഡർ, ജനനം 2/15/1899 വിയന്ന

ജൂതഫയൽ നമ്പർ 49091

കൈത്തൊഴിൽ/ ഉദ്യോഗം - ഒന്നുമില്ല

ഫ്രഞ്ചു വിദേശസൈന്യം - രണ്ടാംതരം,

100% വികലാംഗൻ

പൾമണറി ടി.ബി.

സെൻട്രൽ പൊലീസ് റെജിസ്റ്റർ E 56404

താഴെ പിടി കിട്ടേണ്ടയാൾ എന്നൊരു മുദ്ര കുത്തിയിട്ടുണ്ട്. അതിനടുത്ത് ആരോ പെൻസിൽ കൊണ്ടെഴുതിയിരിക്കുന്നു *ഡ്രാൻഷി* കാമ്പിലുണ്ട്.

ഏണസ്റ്റ് ബ്രൂഡർ ജൂതനാണ്; പോരെങ്കിൽ മുൻ ഓസ്ട്രിയനും. 1941 ഓഗസ്റ്റിലെ ജൂതവേട്ടയിൽത്തന്നെ അറസ്റ്റു ചെയ്യപ്പെടേണ്ടവനായിരുന്നു. ഓഗസ്റ്റ് 20ന് ഫ്രഞ്ചുപൊലീസിന്റെ സഹായത്തോടെ നാസികൾ പതിനൊന്നാം വാർഡു മുഴുവനും അരിച്ചു പെറുക്കി പ്രവാസിജൂതരെ അറസ്റ്റു ചെയ്തു. തുടർന്നുള്ള ദിവസങ്ങളിൽ ഈ നടപടി മറ്റു വാർഡുകളിലേക്കും വ്യാപിച്ചു. ഏണസ്റ്റ് ബ്രൂഡർ ഈ വേട്ടയിൽ നിന്ന് എങ്ങനെ രക്ഷപ്പെട്ടു? ഫ്രഞ്ചു വിദേശസൈന്യത്തിൽ സേവനമനുഷ്ഠിച്ചിരുന്നുവെന്നതുകൊണ്ടോ അതോ രണ്ടാം തരം പൗരൻ എന്നതു കൊണ്ടോ? എനിക്കതറിയില്ല.

ഫയലിലെ വിവരമനുസരിച്ച് അയാൾ പിടികിട്ടേണ്ട പുള്ളിയാണ്. പക്ഷേ എപ്പോൾ മുതൽ എന്തു കാരണം കൊണ്ട് എന്നു വ്യക്തമല്ല. പിടികിട്ടേണ്ട പുള്ളിയായിരുന്നെങ്കിൽ 1941 ഡിസംബർ 27ന് ക്ലിഞ്ഞ്യാകൂർ പോലീസ് സ്റ്റേഷനിൽ ഡോറയുടെ തിരോധാനം റിപ്പോർട്ടു ചെയ്യാൻ

ചെന്നപ്പോൾ എന്തേ അറസ്റ്റു ചെയ്തില്ല? അതോ അന്നു മുതലാണോ പൊലീസ് ശ്രദ്ധ അയാളിലേക്കു തിരിഞ്ഞത്?

ഒരച്ഛൻ മകളെ കണ്ടെത്താൻ ശ്രമിക്കുന്നു, പൊലീസ് സ്റ്റേഷനിൽ അവളെ കാണാതായ വിവരമറിയിക്കുന്നു, പത്രത്തിൽ കാണ്മാനില്ല പരസ്യം കൊടുക്കുന്നു. പക്ഷേ ഈ പ്രക്രിയയിലൂടെ അച്ഛൻ സ്വയം പൊലീസിന്റെ നോട്ടപ്പുള്ളിയായിത്തീരുന്നു. മകളെക്കുറിച്ച് അച്ഛനമ്മ മാർക്ക് യാതൊരു വിവരവും ലഭിക്കുന്നില്ലെന്നു മാത്രമല്ല മാർച്ച് 19ന് അച്ഛനും അപ്രത്യക്ഷനാകുന്നു. ആ വർഷത്തെ ശൈത്യകാലം ആളു കളെ പരസ്പരം അകറ്റുകയായിരുന്നോ, ചെളിവാരിയെറിഞ്ഞ് അവരുടെ കാല്പാടുകൾ പോലും മറയ്ക്കുകയായിരുന്നോ? അവർ ജീവിച്ചിരി പ്പുണ്ടോ എന്നതു തന്നെ സംശയാസ്പദമാക്കിത്തീർക്കുകയായിരുന്നോ? ഇതിനു പ്രതിവിധികളില്ല. വ്യക്തികളെ തേടിപ്പിടിച്ച് കൊണ്ടുവരേണ്ടത് ആരുടെ ചുമതലയാണോ അവർ തന്നെ രേഖകളും ഫയലുകളും തയ്യാ റാക്കുകയാണ്. കണ്ടുകിട്ടിയാൽ നിങ്ങളെ ഇനിയൊരിക്കൽകൂടി അപ്രത്യ ക്ഷനാക്കാൻ. ഇത്തവണ എന്നന്നേക്കുമായി.

അച്ഛൻ അറസ്റ്റുചെയ്യപ്പെട്ട വിവരം ഡോറ ഉടനടി അറിഞ്ഞുകാണുമോ? അറിഞ്ഞിരിക്കില്ലെന്നാണ് എനിക്കു തോന്നുന്നത്. 1941 ഡിസംബറിൽ വീടു വിട്ടു പോയശേഷം മാർച്ച് വരെ അവൾ വീട്ടിൽ തിരിച്ചെത്തിയിട്ടില്ല. അതാണ് പൊലീസ് റെക്കോർഡുകളിൽ നിന്ന് മനസ്സിലാക്കാൻ കഴിയുന്നത്.

ഇപ്പോഴിതാ അതൊക്കെ കഴിഞ്ഞ് അറുപതു കൊല്ലമായി. പൊലീസ് ഓഫീസുകളിലെ പുരാശേഖരങ്ങൾ പതുക്കെപ്പതുക്കെ രഹസ്യങ്ങൾ വെളിപ്പെടുത്തുന്ന സമയമായിരിക്കുന്നു. നാസിഅധീനകാലത്ത് പൊലീസ് കൈവശം വെച്ചിരുന്ന കെട്ടിടങ്ങളിൽ സെയിൻ നദീതീരത്തുള്ള അതി വിശാലമായ പട്ടാളബാരക്കു മാത്രമേ ഇന്നു നിലവിലുള്ളു. ആ കെട്ടിടം കാണുമ്പോൾ ഓർമവരുന്നത് *ദി ഹൗസ് ഓഫ് അഷർ*[12] ആണു താനും. 1940 മുതല്ക്കൊണ്ട് ഈ കെട്ടിടത്തിന് യാതൊരു മാറ്റവും സംഭവിച്ചിട്ടില്ലെന്ന വസ്തുത വിശ്വസിക്കാൻ പ്രയാസമാണ്. എന്നിരുന്നാലും അതേ കല്ലുകളും അതേ ഇടനാഴികളുമല്ലെന്ന് സ്വയം വിശ്വസിപ്പിക്കാൻ നാം ശ്രമിക്കുന്നു...

ജൂതവേട്ട നടത്തിയ പൊലീസ് മേധാവികളും കീഴ്ജീവനക്കാരും എന്നോ മരിച്ചു മണ്ണടിഞ്ഞുപോയി. അവരുടെ പേരുകൾക്ക് ഒരു പ്രത്യേക തരം മണമുണ്ട് - ചീയുന്ന തുകലിന്റെ, പഴകിയ പുകയിലയുടെ പെമിലൂ, ഫ്രാൻസ്വാ, ഷെബ്ലിൻ, കോപെറിക്, കൂഗോ.... മറ്റൊരു കൂട്ടരു കൂടിയുണ്ട് - *ഇരപിടിയന്മാർ* എന്ന തെരുവു പൊലീസ്. വേട്ടയാടി അറസ്റ്റു ചെയ്യ പ്പെട്ട ഓരോ ജൂതന്റേയും 'ചോദ്യം ചെയ്യൽ രേഖ'കളിൽ ഇവർ ഒപ്പി ടേണ്ടിയിരുന്നു. അത്തരം ആയിരമായിരം രേഖകൾ എന്നേ നശിപ്പി ക്കപ്പെട്ടു. ഇരപിടിയന്മാർ ആരൊക്കെയായിരുന്നുവെന്നും നമുക്കറിയാനാ വില്ല. പക്ഷേ പുരാവസ്തുശേഖരത്തിൽ മറ്റു ചെല രേഖകളുണ്ട്. പൊലീസധികാരിക്ക് ദിനംപ്രതി ലഭിച്ച ആയിരമായിരം കത്തുകൾ. ഒന്നിനു പോലും അയാൾ നടപടിയെടുക്കുകയോ മറുപടി അയയ്ക്കുകയോ ചെയ്തിരിക്കില്ല. അമ്പതു വർഷങ്ങളായി ആ എഴുത്തുകളൊക്കെ അവിടെ കെട്ടിക്കിടക്കുന്നു. ആരോ മറന്നുപോയ തപാൽ സഞ്ചികളെ പ്പോലെ. ഇനി നമുക്കവയൊക്കെ വായിക്കാം. മേൽവിലാസക്കാരൻ അവഗണിച്ച കത്തുകൾ! അന്നു ജനിച്ചിട്ടുപോലുമില്ലാത്ത നമ്മളാണ് ഇന്ന് അവയുടെ അനന്തരാവകാശികൾ.

---

12. എഡ്ഗർ അലൻ പോ എഴുതിയ The Fall of the House of Usherഎന്ന ചെറുകഥ

പൊലീസ് അധികാരിക്ക്

സർ, ദയവു ചെയ്ത് എന്റെ അപേക്ഷ പരിഗണിക്കണം. എന്റെ മരുമകൻ ആൽബെർട്ട് ഗ്രോഡനെക്കുറിച്ചാണ്. അയാൾ ഫ്രഞ്ചു പൗരനാണ്. പതിനാറു വയസ്സ്....... തടങ്കൽപ്പാളത്തിലാണ്.....

പൊലീസ് അധികാരിക്ക്

സർ, ഞാൻ കേണപേക്ഷിക്കയാണ് ദയവുചെയ്ത് എന്റെ മകൾ നെല്ലി ട്രോഡ്മാനെ *ഡ്രാൻഷി* കാമ്പിൽ നിന്നു മോചിപ്പിക്കണം.....

പൊലീസ് അധികാരിക്ക്

സർ, എന്റെ ഭർത്താവ് സെലിക് പെഗ്രിഷിനെപ്പറ്റിയാണ് അദ്ദേഹത്തെപ്പറ്റി ഒരു വിവരവുമില്ല ദയവുചെയ്ത് അദ്ദേഹത്തിന്റെ ആരോഗ്യനില...

പൊലീസ് അധികാരിക്ക്

സർ, അതീവ വിനയത്തോടെ അപേക്ഷിക്കയാണ് ഉദാരഹൃദയനും ദയാവാനുമായ അങ്ങ് എന്റെ മകൾ ഷാക്കി ലെവിയ എന്ന വയലറ്റ് ജോയലിനെക്കുറിച്ചുള്ള വിവരം നല്കുമോ? സപ്റ്റംബർ 10ന്, അതിർത്തിരേഖ കടക്കാൻ ശ്രമിക്കവേ നക്ഷത്ര ബാഡ്ജ് ധരിച്ചിട്ടില്ലെന്നും പറഞ്ഞ് അവളെ അറസ്റ്റു ചെയ്തു. അവളോടൊപ്പം എട്ടു വയസ്സുകാരനായ അവളുടെ മകൻ ഷോൺ ലെവിയും ഉണ്ടായിരുന്നു.

പൊലീസ് അധികാരിക്ക്

സർ എന്റെ പേരമകൻ മിഷേൽ റോബിനെ ദയവു ചെയ്ത് വിട്ടയക്കൂ. അവൻ ഫ്രഞ്ചു പൗരനാണ്, അമ്മയും ഫ്രഞ്ചു പൗരയാണ്. അവനെ ഡ്രാൻഷി കാമ്പിൽ...

പോലീസ് അധികാരിക്ക്,

സർ, ദയവു ചെയ്ത് താഴെപറയുന്ന കേസുകൾ പരിഗണനക്കെടുക്കു. ഞാൻ എന്നെന്നും നിങ്ങളോടു കടപ്പെട്ടിരിക്കും.

എന്റെ മാതാപിതാക്കൾ.... രണ്ടു പേരും വൃദ്ധരാണ് ആരോഗ്യനിലയും മോശമാണ്. ജൂതരെന്നും പറഞ്ഞ് അവരെ അറസ്റ്റു ചെയ്തിരിക്കുന്നു. പിന്നെ കുഞ്ഞനിയത്തി മാരി ഗ്രോമാൻ പന്ത്രണ്ടു വയസ്സ് ഫ്രഞ്ചു ജൂത, ഫ്രഞ്ച് തിരിച്ചറിയൽ കാർഡ് 1594936. ഗ്രേഡ് ബി. ഞാൻ ഷോണെറ്റ് ഗ്രോസ്മാൻ ഫ്രഞ്ചു ജൂത. പത്തൊമ്പതു വയസ്സ് തിരിച്ചറിയൽ കാർഡ് 924247, ഗ്രേഡ് ബി.....

പൊലീസ് അധികാരിക്ക്

സർ, ദയവു ചെയ്ത് താങ്കൾക്ക് നേരിട്ടെഴുതുന്നതിൽ ക്ഷമിക്കണം. എന്റെ ഭർത്താവിനെ 1942 ജൂലൈ പതിനാറാം തിയതി പുലർച്ചെ 4 മണിക്ക് പിടിച്ചു കൊണ്ടു പോയി. എന്റെ മകൾ കരച്ചിൽ തുടങ്ങിയതിനാൽ അവളേയും പൊലീസ് കൊണ്ടുപോയി

അവളുടെ പേര് പോളി ഗോതെ, പതിനാലര വയസ് ജനനം 1927 നവമ്പർ 9, പന്ത്രണ്ടാം വാർഡ്. അവൾ ഫ്രഞ്ചു പൗരയാണ്....

ക്ലിഞ്ഞ്യാകൂർ പൊലീസ് സ്റ്റേഷനിലെ പ്രതിദിന ഡയറിയിൽ, 1942 ഏപ്രിൽ 17ന് ഇത്തരമൊരു കുറിപ്പുണ്ട്. പതിവുപടി തിയതി, വിഷയം കുടുംബ സ്ഥിതി, വിവരച്ചുരുക്കം എന്നീ തലക്കെട്ടുകളിൽ

17 ഏപ്രിൽ 1942. 20998 15/24, ബാ.നി.അനുസരിച്ച് ഡോറാ ബ്രൂഡറുടെ കേസ് (വയസ് 16). അഭിമുഖം നമ്പർ 1917 പ്രകാരം കാണാതായതായി റിപ്പോർട്ട്. അമ്മയുടെ വീട്ടിൽ തിരിച്ചെത്തിയിരിക്കുന്നു.

20998, 15/24 എന്നീ നമ്പറുകളുടെ പ്രാധാന്യം എനിക്കറിയില്ല. ബാ.നി എന്നത് ബാലനിയമം എന്നാവും. അഭിമുഖം 1917 എന്നത് ഡിസംബർ 27ന് ഏണസ്റ്റ് ബ്രൂഡറുമായി നടത്തിയ കൂടിക്കാഴ്ചയാവണം. ആ അഭിമുഖത്തെപ്പറ്റി പൊലീസുരേഖകളിൽ ഈയൊരു പരാമർശമേയുള്ളു.

ഡോറാ ബ്രൂഡറുടെ കേസിനെപ്പറ്റി വെറും മൂന്നേ മൂന്നു വരികൾ. അതിനു ശേഷമുള്ള കേസുകൾ ഇപ്രകാരമാണ്.

ഷോഷെ പോളെറ്റ് ഗാൾ: ജനനം 3/07/1923, പാനി, ഷോഷെ പെസിന്റേയും റോസ് പെസിന്റേയും മകൾ, അവിവാഹിത താമസം 11 പിഗാൽ റോഡ്. വ്യഭിചാരം

മോറേ ഷെർമേൻ ജനനം: 9/10/1921. താമസം ..... പൊലീസു പാട്രോൾ കൈമാറിയത്

അങ്ങനെ കേസുകളുടെ പട്ടിക നീളുന്നു. വ്യഭിചാരം, കാണാതായ പട്ടികൾ, ഉപേക്ഷിക്കപ്പെട്ട കുഞ്ഞുങ്ങൾ. പിന്നെ ഓടിപ്പോയ ബാലികമാർ ....ബാലനിയമപ്രകാരം കുറ്റക്കാർ.

ഇതിലെവിടേയും ജൂത എന്നൊരു പദമേയില്ല. എന്നിട്ടും ഇതേ പൊലീസ് സ്റ്റേഷനിലൂടേയാണ് അവരെ ആദ്യം ഹെഡ്പൊലീസ് സ്റ്റേഷനിലെ ലോക്കപ്പിലേക്കും പിന്നീട് *ഡ്രാൻഷി* തടങ്കൽകാമ്പിലേക്കു പറഞ്ഞയച്ചിരിക്കുക. ഡോറയുടെ കാര്യത്തിൽ അമ്മയുടെ വീട്ടിലെത്തിച്ചതായാണ് റിപോർട്ടിൽ പറയുന്നത്. അതിനർഥം അച്ഛൻ ഒരു മാസം മുമ്പ് അറസ്റ്റു ചെയ്യപ്പെട്ട വിവരം പൊലീസിന് അറിയുമെന്നല്ലേ? അമ്മയുടെ വീട് എന്നത് 41 ഒർണാനോ ആയിരിക്കാനാണിട. അതു വ്യക്തമായി പറഞ്ഞിട്ടില്ലെങ്കിലും.

ഡിസംബർ 14നും ഏപ്രിൽ 17നുമിടയ്ക്കുള്ള സമയത്ത് അവളെക്കുറിച്ച് പൊലീസു ഡയറിയിൽ വിവരമൊന്നുമില്ല. ആ നാലുമാസക്കാലം

അവളെവിടെയായിരുന്നെന്നോ എന്തു ചെയ്തെന്നോ ആരുടെ കൂടെയായിരുന്നെന്നോ എന്ന് നമുക്കറിയില്ല. അവൾ അമ്മയുടെ അടുത്തേക്കു തിരിച്ചുവന്ന സാഹചര്യങ്ങളെക്കുറിച്ചും നമുക്കറിയില്ല. സ്വന്തം ഇഷ്ടപ്രകാരം തിരിച്ചു വന്നതാവുമോ അതോ അച്ഛൻ അറസ്റ്റു ചെയ്യപ്പെട്ടതറിഞ്ഞ് വന്നതാണോ. അതുമല്ലെങ്കിൽ ബാലസുരക്ഷാപൊലീസ് അവളെ അറസ്റ്റു ചെയ്തതോ? ആ നാലുമാസക്കാലത്തേക്ക് വെളിച്ചം വീശാനുതകുന്ന തെളിവുകളെനിക്ക് ലഭിച്ചിട്ടില്ല, അത്തരം സാക്ഷികളെ കണ്ടെത്തിയിട്ടുമില്ല. അവളുടെ ജീവിതത്തിലെ ഈ നാലുമാസക്കാലം നമ്മെ സംബന്ധിച്ചേടത്തോളം ശൂന്യമായ താളുകളായിക്കിടക്കും.

ആ ദിവസങ്ങളിലെ കാലാവസ്ഥ ഒരു വേള എന്തെങ്കിലും സൂചന നല്കിയേക്കുമോ? 1941 നവമ്പർ 4നാണ് ആ വർഷത്തെ ആദ്യ മഞ്ഞുവീഴ്ചയുണ്ടായത്. കലണ്ടർപ്രകാരം ഡിസംബർ 22നാണ് ശൈത്യകാലം തുടങ്ങുക. 29ന് തണുപ്പുകൂടി ജാലകച്ചില്ലുകളിൽ നേരിയ പാടപോലെ ഐസു പരന്നു. ജനുവരി 13 മുതൽ സൈബീരിയയേക്കാൾ കടുത്ത ശൈത്യം. വെള്ളം ഉറച്ചു കട്ടിയായി. അടുത്ത നാലാഴ്ച്ചത്തേക്ക് ഇതേ സ്ഥിതി തന്നെ. ഫെബ്രുവരി 3ന് സൂര്യൻ കുറച്ചുനേരത്തേക്ക് തലനീട്ടി. വസന്തകാലം ദൂരെയല്ലായെന്ന അറിയിപ്പാവാം. റോഡിലും നടപ്പാതകളിലും മഞ്ഞുരുകി. ഫെബ്രുവരി 12നായിരുന്നു എന്റെ അച്ഛനെ ഷാസ് എലീസി പരിസരത്തുവെച്ച് ജൂതപ്രശ്നപൊലീസു പിടിച്ചത്. ഫെബ്രുവരി 22നും 25നും കൂടുതൽ മഞ്ഞുവീഴ്ച്ചയുണ്ടായി. മാർച്ച് മൂന്നിന് പാരിസിൽ ആദ്യബോംബു വർഷമുണ്ടായി. ജനാലകളും വാതിലുകളും കിടുങ്ങിപ്പോയി. പിന്നെ മാർച്ച് 13ന് പട്ടാപ്പകൽ അപകടമറിയിക്കുന്ന സൈറൺ മുഴങ്ങി. യാത്രക്കാർ മണിക്കൂറുകളോളം മെട്രോയിൽ കുടുങ്ങിക്കിടന്നു. അന്നു രാത്രി പത്തു മണിക്ക് വീണ്ടും ബോംബുഭീഷണി. മാർച്ച് പതിനഞ്ച് സൂര്യൻ തെളിഞ്ഞുപ്രകാശിച്ച സുന്ദരമായ ദിനം. ഏപ്രിൽ 2ന് പുലർച്ചെ നാലു മുതൽ ആറു വരേയും വീണ്ടും രാത്രി പതിനൊന്നു മുതലും ബോംബു വർഷം. ഇതൊന്നും കൂട്ടാക്കാനില്ലെന്ന മട്ടിൽ ഏപ്രിൽ നാലിന് ചെസ്റ്റ്നട്ട് മരങ്ങളിൽ തളിരില പൊട്ടിവിടർന്നു. അടുത്തദിവസം ആലിപ്പഴം പൊഴിഞ്ഞെങ്കിലും ആകാശത്ത് മഴവില്ലും തെളിഞ്ഞു, സന്ദേശമെറിഞ്ഞു. *മറക്കരുതേ, നാളെ ഉച്ചയ്ക്ക് ഗോബെലി കഫേയിൽ കാണണേ.*

ഏതാനും മാസങ്ങൾക്കുമുമ്പ് ഡോറയുടെ വേറേയും ചില ഫോട്ടോകൾ എനിക്കു ലഭിച്ചു. മുമ്പു കണ്ടവയിൽ നിന്നു തികച്ചും വിഭിന്നം. ഒരുവേള ഇപ്പോൾ കിട്ടിയവ അവസാനമെടുത്ത ഫോട്ടോകളാവാം. മുമ്പത്തെ ചിത്രങ്ങളിൽ പ്രകടമായിക്കണ്ട ബാലസഹജമായ ഹാവഭാവങ്ങളൊന്നുമില്ല മുഖത്ത്... ഇതെവിടെയെടുത്തതാവാം. 1941ലായിരിക്കണം ഡോറ കോൺവെന്റിൽ ചേർന്നശേഷം അതല്ലെങ്കിൽ പാലായനത്തിനു ശേഷം 1942 ഏപ്രിലിൽ വീട്ടിലേക്കു തിരിച്ചെത്തിയതിൽപ്പിന്നെ.

അമ്മയും അമ്മൂമ്മയുമുണ്ട് കൂടെ. ഡോറക്കും അമ്മക്കുമിടയിൽ അമ്മൂമ്മ. സെസിൽ ബ്രൂഡറുടെ മുടി വെട്ടിച്ചെറുതാക്കിയിരിക്കുന്നു, കറുത്ത ഉടുപ്പ് അമ്മൂമ്മയുടേതിൽ പൂക്കളുടെ ചിത്രങ്ങളുണ്ട്. രണ്ടു പേരുടെ മുഖത്തും ചിരിയുടെ ലാഞ്ചനപോലുമില്ല. ഡോറ വെളുത്ത ബ്ലൗസും കടും നിറമുള്ള സ്കർട്ടുമാണ് ധരിച്ചിരിക്കുന്നത്.. കറുപ്പാണോ കടും നീലയാണോ എന്നു പറയാനാവില്ല. സ്റ്റോക്കിൻസും ഷൂസുമുണ്ട്. തോളുവരെയെത്തുന്ന മുടി ബാൻഡിട്ടു കെട്ടിയിരിക്കുന്നു. ഇടതുകൈ വിരലുകൾ മടക്കിപ്പിടിച്ചിരുക്കുന്നു വലതു കൈ അമ്മൂമ്മയുടെ പുറകിലാണ്, കാണാനാവില്ല. തല ഉയർത്തിപ്പിടിച്ചിരിക്കുന്നു, ചുണ്ടിലെ നേരിയൊരു ചിരി മുഖത്ത് പ്രതിഷേധത്തിന്റേയും വിഷാദത്തിന്റേയും നിഴൽ പരത്തുന്നു. കല്ലുപാകിയ തറ, നടപ്പാതയാണെന്നു വരാം പുറകിൽ ഒരു മതിൽക്കെട്ട്. ആരാവും ഫോട്ടോ എടുത്തത്? ഏണസ്റ്റ് ബ്രൂഡർ? അതോ അതിനകം അയാൾ അറസ്റ്റു ചെയ്യപ്പെട്ടിരിക്കുമോ? മൂന്നു സ്ത്രീകൾ. വിശേഷപ്പെട്ട വസ്ത്രങ്ങൾ ധരിച്ച് കാമറയ്ക്ക് മുന്നിൽ. ഡോറ അണിഞ്ഞിരിക്കുന്നത് പരസ്യത്തിൽ പറഞ്ഞ കടും നീല സ്കർട്ടായിരിക്കുമോ? അത്തരം ഫോട്ടോഗ്രാഫുകൾ എല്ലാ കുടുംബങ്ങളിലും കാണും. നിമിഷനേരത്തെ ഫ്ളാഷ്. പിന്നെ ആ മുഹൂർത്തം എന്നന്നേക്കുമായി ഫോട്ടോയിൽ.

അത്യാഹിതങ്ങൾ ചിലരെ മാത്രം തേടിയെത്തുന്നതെന്തുകൊണ്ട്? ഇതെഴുതിക്കൊണ്ടിരിക്കേ എനിക്ക് ഓർമ വരുന്നത് ജർമൻ സാഹിത്യകാരൻ ഫ്രെഡോ ലാംപിനേയാണ്. അദ്ദേഹത്തിന്റെ *രാത്രിയുടെ വരമ്പത്ത്* പുസ്തകത്തിന്റെ ഫ്രഞ്ചു പരിഭാഷ ഷാസ്എലീസിയിലെ ഒരു ബുക് ഷോപ്പിൽ ഞാൽ കണ്ടിരുന്നു. ഈ എഴുത്തുകാരന്റെ ഒരു പുസ്തകവും ഞാൻ വായിച്ചിട്ടില്ല. പക്ഷേ പുസ്തകത്തിന്റെ പേര് എന്നെ ആകർഷിച്ചു. വായിക്കുന്നതിനു മുമ്പുതന്നെ അതിലെ ശൈലിയും പ്രമേയവും എനിക്ക് അനുമാനിക്കാനായി, പൂർവജന്മത്തിലെപ്പോഴോ ആ എഴുത്തുകാരന്റെ പുസ്തകങ്ങൾ വായിച്ചിട്ടുണ്ടെന്ന പോലെ. പുസ്തകത്തിന്റെ പേര് എന്റെ മനസ്സിലുണർത്തിയ ചിത്രങ്ങൾ വെളിച്ചം വീശുന്ന ജനാലകളുടേതായിരുന്നു. അതിൽനിന്നു കണ്ണെടുക്കാനാവില്ല. ജാലകത്തിനപ്പുറത്ത് ആരോ ആരുടേയോ വരവും പ്രതീക്ഷിച്ചിരിക്കുമ്പോലെ. അതല്ലെങ്കിൽ കാത്തിരിപ്പ് അവസാനിച്ചിരിക്കുന്നു; ശൂന്യമായ മുറിക്കകത്ത് മുനിഞ്ഞു കത്തുന്ന വിളക്കു മാത്രം.

ഫ്രെഡോ ലാംപ് ജർമനിയിലെ ബ്രെമനിൽ ജനിച്ചു. വിദ്യാഭ്യാസം ഹൈഡെൽബർഗിൽ. ഹാംബുർഗിൽ ലൈബ്രേറിയനായി ജോലി ചെയ്യുന്ന കാലത്താണ് *രാത്രിയുടെ വരമ്പത്ത്* എഴുതാനാരംഭിച്ചത്. പിന്നീട് ബർളിനിലെ പബ്ലിഷിംഗ് കമ്പനിയിൽ ചേർന്നു. രാഷ്ട്രീയത്തിൽ ഒരു താത്പര്യവുമില്ലാത്ത വ്യക്തി. ബ്രെമൻ തുറമുഖനഗരത്തിന്റെ രാപ്പൊലിമ വാക്കുകളിലേക്കു പകർത്തുന്നതിൽ ലാംപ് ആവേശം

കൊണ്ടു. ഇളം വയലറ്റു നിറമുള്ള തുറമുഖ വിളക്കുകൾ, നാവികർ, മുഷ്ടി യുദ്ധക്കാർ, സംഗീതസംഘങ്ങൾ, ട്രെയിനുകളുടെ ചൂളം വിളികൾ, കപ്പലു കളുടെ സൈറണുകൾ, റെയിവേ പാലം..... 1933 ഒക്ടോബറിലാണ് നോവൽ പ്രസിദ്ധീകരിക്കപ്പെട്ടത്. അതിനകം ഹിറ്റ്ലർ അധികാരത്തി ലെത്തിയിരുന്നു. പുസ്തകം നിരോധിക്കപ്പെട്ടെന്നു മാത്രമല്ല, കോപ്പികൾ കണ്ടുകെട്ടി നശിപ്പിക്കപ്പെടുകയും ചെയ്തു. ഫ്രെഡോ ലാംപിന്റെ പേര് സംശയിക്കപ്പെടുന്നവരുടെ പട്ടികയിൽ ഇടം പെട്ടു. ലാംപ് ജൂതവംശജ നായിരുന്നില്ല. പിന്നെന്തായിരുന്നു അയാൾക്കു നേരേയുണ്ടായ ശത്രുത യ്ക്കു കാരണം? പുസ്തകത്തിന്റെ ലാളിത്യവും ഗൃഹാതുരത്വവും ദേശ ദ്രോഹമാകുന്നതെങ്ങനെ? രാത്രി എട്ടു മണി മുതൽ അർദ്ധരാത്രി വരെ യുള്ള ഏതാനും മണിക്കൂറുകളിലെ തുറമുഖജീവിതത്തിന്റെ മനോ ഹാരിത മനുഷ്യജീവിതങ്ങളെ കൂട്ടിയിണക്കുന്ന കൊച്ചുകൊച്ചു രംഗങ്ങൾ ജീവസ്സുറ്റ ചിത്രങ്ങൾ ഇവയൊക്കെ വാക്കുകളിലൂടെ വരച്ചു കാട്ടുക മാത്രമായിരുന്നു എന്റെ ലക്ഷ്യമെന്ന് ലാംപ് സുഹൃത്തിന് എഴുതുക യുണ്ടായി.

1945 മെയ് 2. യുദ്ധം ഏതാണ്ട് അവസാനിച്ചിരിക്കുന്നു. ബെർളിനി ലെത്തിയ റഷ്യൻ സൈനികരുടെ പിടിയിൽ ഫ്രെഡോ ലാംപ് വീണു. നല്ലതും ചീത്തയും തിരിച്ചറിയാനുള്ള ഇടപോലും നല്കാതെ അവർ ലാംപിനെ അടിച്ചു കൊന്നു. അയൽപക്കക്കാരാണ് ശവം മറവു ചെയ്ത് വിവരം പൊലീസിലറിയിച്ചത്.

ജർമൻ എഴുത്തുകാരൻ ഫെലിക്സ് ഹാർട്ടലോബും ബ്രെമനിലായി രുന്നു ജനിച്ചത്. 1913-ൽ. സൈന്യത്തിൽ ചേരാനോ യുദ്ധം ചെയ്യാനോ ഒട്ടും ഇഷ്ടമുണ്ടായിരുന്നില്ല. ഫ്രാൻസ് നാസി അധീനത്തിലായിരുന്ന പ്പോൾ പാരീസിലെത്തിപ്പെട്ടു. പഴയൊരു മാസികയിൽ അയാളുടെ *താഴെ നിന്നുള്ള കാഴ്ച* എന്ന പുസ്തകത്തിലെ ഏതാനും ഭാഗങ്ങളുടെ പരിഭാഷ വായിക്കാനിടയായി. രാത്രികാലങ്ങളിൽ സൈനികവേഷമഴിച്ചുവെച്ച് സാധാരണക്കാരുടെ വേഷമണിഞ്ഞ് പാരിസ് നഗരത്തിൽ ചുറ്റിക്കറങ്ങു മായിരുന്നത്രെ. പാരീസ് നിശാജീവിതത്തെപ്പറ്റിയുള്ള സൂക്ഷ്മവിവരണ ങ്ങൾ. 1945 ബെർളിനിൽ വെച്ചുനടന്ന പൊരിഞ്ഞ യുദ്ധത്തിൽ മുപ്പത്തി യൊമ്പതാമത്തെ വയസ്സിൽ യുദ്ധക്കളത്തിൽ മരിച്ചുവീണു.

റോജർ ഗിൽബെർട്ട് ലൂകോംട്. കവിയായിരുന്നു. ലുകോംട് നടന്നുപോയ വഴികളിലൂടെ ഞാനും നടന്നിട്ടുള്ളതായി, പോകാറുണ്ടായിരുന്ന കഫേ കളിലെല്ലാം ഞാനും ചെന്നതായി, താമസിച്ചിരുന്ന ചുറ്റുവട്ടങ്ങളിലെല്ലാം ഞാനും താമസിച്ചിരുന്നതായി ഞാൻ കണ്ടെത്തി. എല്ലാം മുപ്പതു വർഷ ങ്ങൾക്കു ശേഷമായിരുന്നെന്നു മാത്രം. ലുകോംടെയുടെ സുഹൃത്തും ചികിത്സകനുമായിരുന്ന ഡോക്റ്റർ ഷോൺ പീയൂബെറിനെ ഞാൻ യാദൃ ച്ഛികമായാണ് കണ്ടുമുട്ടിയത്. പട്ടാളസേവനത്തിൽ നിന്നൊഴിഞ്ഞുമാറാൻ

എനിക്ക് മെഡിക്കൽ സർട്ടിഫിക്കറ്റു വേണം. യുദ്ധം നടക്കുന്ന കാല മൊന്നുമല്ല. എന്നാലും പതിനൊന്നു മുതൽ പതിനേഴു വയസ്സുവരെ ഞാൻ കഴിച്ചുകൂട്ടിയ ബോർഡിംഗ് സ്കൂളുകൾ പട്ടാളക്കാമ്പുകൾ പോലെ ത്തന്നെ ദുസ്സഹമായിരുന്നു. അതുകൊണ്ടാണ് ഒഴികഴിവു തേടിയത്. എന്റെ അതേ പ്രായത്തിൽ ലുകോംടും അത്തരമൊരു സർട്ടിഫിക്കറ്റ് ആവശ്യപ്പെട്ടിരുന്നെന്നു ഡോക്ടർ പറഞ്ഞു. കൂട്ടുകാരിയായിരുന്ന റീതാ കോൺബെർഗിനെ നാസിപൊലീസ് അറസ്റ്റു ചെയ്ത് ഓഷ്വിറ്റ്സിലേക്കു കയറ്റി അയച്ചു. പാവം കൊളോണിൽ നിന്നുള്ള ഇരുപതുകാരി, കവിത യിലും നാടകത്തിലുമൊക്കെ വലിയ കമ്പമായിരുന്നത്രെ. ആ വഴിക്കാണ് ലുകോംടിനെ പരിചയപ്പെട്ടത്. അവസാന ദിവസങ്ങൾ ലൂകോംട് പാരീ സീൽത്തന്നെ കഴിച്ചു കൂട്ടി. ലഹരിമരുന്നിന് അടിമയായി. ഒക്ടോബർ 21ന് പെർമിറ്റില്ലാതെ ലഹരിമരുന്നുകൾ കൈവശം വച്ച കുറ്റത്തിന് അറസ്റ്റ് ചെയ്യപ്പെട്ടു. കുറച്ചുകാലത്തേക്ക് ഒരു ക്ലിനിക്കിൽ കഴിച്ചുകൂട്ടി. പിന്നെ മദാം ഫെർമാറ്റിന്റെ മുകൾനിലയിൽ വാടകയ്ക്ക് താമസിച്ചു. അവിടെ ആരോ ഉപേക്ഷിച്ചിട്ടു പോയ മോർഫീൻ ആംപ്യൂൾ അയാൾക്കു കൂട്ടായി. ഒടുവിൽ 1943 ഡിസമ്പർ 13ന് ടെറ്റനസ് ബാധിച്ച് മരണമടഞ്ഞു. മരണ ശേഷം രണ്ടു കവിതാസമാഹാരങ്ങൾ പ്രസിദ്ധീകരിക്കപ്പെട്ടു.

അങ്ങനെ എത്രയെത്ര എഴുത്തുകാരാണ് 1945ൽ തിരോധാനം ചെയ്തത്. ആ വർഷമാണ് ഞാൻ ജനിച്ചത്.

കുട്ടിക്കാലത്ത് *ക്വായ്ദുകോൻചിയിൽ* അച്ഛന്റെ അപ്പാർട്ടുമെന്റിലാണ് ഞാൻ താമസിച്ചത്. അതിനു ഒരു വർഷം മുമ്പ് മോറിസ് സാഷായിരു ന്നത്രെ വാടകക്കാരൻ. നാടകഭ്രാന്തുള്ള ഒരു സുഹൃത്തിന് മോറിസ് സാഷ് തന്റെ റൂം വായ്പ കൊടുക്കുമായിരുന്നത്രെ. സുഹൃത്തിന്റെ ശരിയായ പേര് ആൽബെർ ഷാകി, ഓമനപ്പേര് സെബു. എന്റെ അച്ഛന്റെ പേരും ആൽബെർ എന്നായിരുന്നു. കുടുംബപ്പേരു വ്യത്യസ്തമായിരുന്നെങ്കിലും രണ്ടു ആൽബെർമാരുടേയും പൂർവികർ സലോനികയിൽ നിന്നുള്ള ഇറ്റാലിയൻ ജൂതന്മാരായിരുന്നു. എന്നെപ്പോലെ സെബുവും ഇരുപത്തി യൊന്നാമത്തെ വയസ്സിൽ നോവലെഴുതി, ഗലിമാഡ് അതു പ്രസിദ്ധീ കരിച്ചു. ഫ്രാൻസ് ജർമൻ മുഷ്ടിയിലായപ്പോൾ സെബു പ്രതിരോധ സൈന്യത്തിൽ ചേർന്നു, അറസ്റ്റു ചെയ്യപ്പെട്ടു, തടവറയുടെ ചുവരിൽ ഇ ങ്ങനെ എഴുതിയിരുന്നത്രെ - സെബു അറസ്റ്റ് 10-2-1944. മൂന്നു മാസം വെള്ളവും റൊട്ടിയും മാത്രം. ചോദ്യം ചെയ്യൽ മെയ് 9 മുതൽ 28 വരെ ചോദ്യം ചെയ്യൽ. ഡോക്ടറുടെ സന്ദർശനം 8 ജൂൺ, സഖ്യകക്ഷി കളെത്തി രണ്ടു ദിവസത്തിനുശേഷം. ജൂലൈ 2, 1944ൽ വിട്ടയയ്ക്കപ്പെട്ടു. 1945ൽ ദച്ചുവിൽ വെച്ച് നിര്യാതനായി.

സാഷ് സ്വർണക്കടത്തു നടത്തിയിരുന്ന അപ്പാർട്ടുമെന്റിലെ മുറി യിൽ, എന്റെ അച്ഛനും സെബുവും താമസിച്ചിരുന്നു, അതിനുശേഷം അതെന്റെ കിടപ്പറയായി. ഞാൻ ജനിക്കുന്നതിനുമുമ്പ് സെബുവും

അയാളെപ്പോലുള്ള ഒട്ടനേകം പേരും എല്ലാ ശിക്ഷകളും ഏറ്റുവാങ്ങി. എന്തിനെന്നല്ലേ, പിൻഗാമികൾക്ക് ഒരു പോറലുപോലും ഏല്ക്കാതിരിക്കാൻ. അന്ന് അച്ഛനോടൊപ്പം പതിനെട്ടാം വയസ്സിൽ എനിക്ക് പൊലീസ് വാനിൽ കയറേണ്ടി വന്നത് വെറുമൊരു പ്രഹസനമായിരുന്നു, നിർദ്ദോഷമായ പ്രഹസനം. മുൻഗാമികൾ കയറിയ അതേ പൊലീസ് വാൻ ചെന്നെത്തിയ അതേ പൊലീസ് സ്റ്റേഷൻ. പക്ഷേ എന്റെ അവർക്കാർക്കും എന്നെപ്പോലെ കാൽനടയായി തിരിച്ചുവരാനുള്ള ഭാഗ്യമുണ്ടായില്ലെന്നു മാത്രം.

വളരെ മുമ്പൊരു ഡിസംബർ 31. ഇതുപോലെ നേരം വല്ലാതെ ഇരുട്ടിയ സമയം. ഡോക്റ്റർ ഫ്രെഡിയറെ സന്ദർശിക്കാൻ ചെന്നതോർക്കുന്നു. അന്നെനിക്ക് വയസ്സ് ഇരുപത്തിമൂന്ന്. എന്റെ ജീവിതത്തിലെ ഏറ്റവും സംഘർഷഭരിതമായ കാലഘട്ടത്തിലൂടെ ഞാൻ കടന്നുപോകുമ്പോൾ ഡോക്ടർ ഫ്രെഡീയെർ എന്നോട് അത്യന്തം കരുണ കാട്ടി. കവിയും നാടകകൃത്തുമായിരുന്ന അതൂദിനെ മാനസികാശുപത്രിയിലാക്കാനും ചികിത്സിച്ചു ഭേദപ്പെടുത്താനും മുൻകൈയെടുത്തത് ഫെഡിയേറാണെന്ന് ഞാൻ കേട്ടിരുന്നു. പക്ഷേ ഇപ്പോൾ പറയാൻ പോകുന്നത് മറ്റൊരു യാദൃച്ഛികതയാണ്. എന്റെ ആദ്യ നോവലിന്റെ ഒരു കോപ്പി ഡോക്ടർക്കു സമ്മാനിക്കാൻ ചെന്നതായിരുന്നു ഞാൻ. നക്ഷതക്കവല. ഡോക്ടറുടെ മുഖത്ത് ആശ്ചര്യക്കുറി. ബുക് ഷെൽഫിൽ നിന്ന് മറ്റൊരു പുസ്തകമെടുത്ത് എന്റെ കൈയിൽ തന്നു. റോബർട്ട് ഡെസ്നോസിന്റെ നക്ഷത്രക്കവല. റോബർട്ട് ഡെസ്നോസ് ഡോക്ടറുടെ അടുത്ത ചങ്ങാതിയായിരുന്നു ടെറെസിനിലെ നാസി തടങ്കൽക്കാമ്പിൽ വെച്ച് 1945ൽ മരിച്ചുപോയി, ഞാൻ ജനിച്ച അതേ വർഷം. സുഹൃത്തിന്റെ മരണാനന്തരം ഡോക്ടറാണ് പുസ്തകം പ്രസിദ്ധീകരിച്ചത്. മനഃപൂർവമല്ലെങ്കിലും ഡെസ്നോസിന്റെ ആ ശീർഷകം ഞാൻ മോഷ്ടിച്ചിരിക്കുന്നു.

രണ്ടു മാസം മുമ്പ് ന്യൂയോർക്കിലെ യേവാ ഇൻസ്റ്റിറ്റ്യൂട്ടിലെ ഗ്രന്ഥ ശാലയിൽ നിന്ന് എന്റെയൊരു സുഹൃത്ത് ഒരു രേഖ കണ്ടെടുത്തു. ഫ്രഞ്ചു ജൂത സംഘടനയെ (Union Generale des sIraelites de France) സംബ ന്ധിക്കുന്ന ശേഖരത്തിൽ നിന്നാണ്. ഫ്രാൻസ് ജർമൻ മുഷ്ടിയിൽ അമർന്നി രുന്ന കാലത്ത് രൂപം കൊണ്ട സംഘടനയാണിത്.

3L/SBL/ 17 ജൂൺ 1942

0032

മിസ് ശലോമനുള്ള കുറിപ്പ്

ക്ലിങ്ന്യാകൂർ പൊലീസ് വിഭാഗം ഡോറാ ബ്രൂഡറെ ഈ മാസം 15ന് അവളുടെ അമ്മയെ ഏല്പിച്ചിരിക്കുന്നു.

ഈ ബാലിക പലതവണ ഓടിപ്പോയിട്ടുള്ളതിനാൽ ബാലികമാർ ക്കുള്ള റിമാൻഡ് ഹോമിൽ അവളെ പാർപ്പിക്കുന്നതാവും നല്ലത് എന്നാണ് അഭിപ്രായം

അച്ഛൻ തടങ്കൽ പാളയത്തിലാണ്, അമ്മയാണെങ്കിൽ കടുത്ത ദാരിദ്ര്യ ത്തിലും. പൊലീസിന്റെ കീഴിലുള്ള സാമൂഹ്യപ്രവർത്തകർ വേണ്ട രീതി യിൽ നടപടിയെടുക്കും.

അതായത് 1942 ഏപ്രിൽ 17ന് വീട്ടിൽ തിരിച്ചെത്തിയശേഷം ഡോറ വീണ്ടും ഓടിപ്പോയിരിക്കുന്നു. ഈ പലായനം എത്ര നാളത്തേക്കായി രുന്നു ഒരു മാസം? ഒന്നരമാസം? ഒരാഴ്ച? എവിടെ വെച്ച് ഏതു സാഹ ചര്യങ്ങളിലാണ് അവൾ വീണ്ടും അറസ്റ്റു ചെയ്യപ്പെട്ട് *ക്ലിങ്ന്യാകൂർ* പോലീസ് സ്റ്റേഷനിലേക്ക് തിരിച്ചുകൊണ്ടുവരപ്പെട്ടത്?

1942 ജൂൺ 7 മുതൽ മഞ്ഞ നക്ഷത്രം ധരിക്കുന്നത് നിർബന്ധമാക്കി യിരുന്നു. ജൂൺ 2 മുതൽ നക്ഷത്ര വിതരണം ആരംഭിച്ചു കഴിഞ്ഞി രുന്നു. എല്ലാവരും അതതു പൊലീസ് സ്റ്റേഷനുകളിലെത്തി റജിസ്ട്ര റിൽ ഒപ്പിട്ട് നക്ഷത്രങ്ങൾ കൈപ്പറ്റണം. ഡോറ നക്ഷത്രം ധരിച്ചു കാണുമോ? എനിക്കു സംശയമുണ്ട് കാരണം അവൾ തന്റേടിയും തന്നിഷ്ട ക്കാരിയുമാണെന്നല്ലേ പറഞ്ഞത്. ഒരു വേള നക്ഷത്രം കൈപ്പറ്റുന്നതിനു മുമ്പു തന്നെ അവൾ വീടു വിട്ട് ഓടിക്കാണും.

നക്ഷത്രം ധരിക്കാത്തതുകൊണ്ടാവുമോ അവളെ അറസ്റ്റു ചെയ്തത്?

നിയമം ലംഘിക്കുന്നവരെ കൈകാര്യം ചെയ്യേണ്ടുന്നതെങ്ങനെയെന്ന പൊലീസുത്തരവ് ഞാൻ കണ്ടെത്തി

ക്രിമിനൽ ഇൻവെസ്റ്റിഗേഷൻ ഡയറക്ടർ, നഗരപൊലീസ്

പാരീസിലെ എല്ലാ വാർഡിലുമുള്ള സ്റ്റേഷൻ അധികാരികൾക്കും ട്രാഫിക് പൊലീസിനും, എല്ലാ ക്രിമിനൽ ഇൻവെസ്റ്റിഗേഷൻ വിഭാഗ ങ്ങൾക്കും (പകർപ്പുകൾ. ഇന്റലിജൻസ് വിഭാഗം, ടെക്നിക്ക് വിഭാഗം, പ്രവാസിജൂത വിഭാഗം....)

നടപടി

1. ജൂതപുരുഷൻ വയസ്സ് 18നു മുകളിൽ

നിയമം ലംഘിക്കുന്നവനെ അറസ്റ്റ് ചെയ്ത് ഡിപോയി എത്തിക്കുക. വാറന്റിൽ അറസ്റ്റു ചെയ്യാനുള്ള സാഹചര്യങ്ങൾ തിയതി, സ്ഥലം, സമയം ജനനം മേൽവിലാസം, തൊഴിൽ, പൗരത്വം എന്നിവ കൃത്യമായി സൂചി പ്പിച്ചിരിക്കണം. പകർപ്പ് ഹെഡ് ഓഫീസിലെത്തിയിരിക്കണം

2. ജൂത സ്ത്രീകളും 16നും 18നും ഇടയ്ക്കുള്ള ബാലികാബാലന്മാരും

മേൽപ്പറഞ്ഞ പ്രകാരം അറസ്റ്റു ചെയ്ത് ഹെഡ് പൊലീസ് സ്റ്റേഷനി ലെത്തിക്കുക.

ജൂതപ്രശ്നപൊലീസ് ജർമൻ അധികാരികളുടെ ഉപദേശപ്രകാരം ഓരോ കേസിലും തീരുമാനമെടുക്കും. അറസ്റ്റു ചെയ്ത ആരേയും മേലധികാരികളുടെ രേഖാമൂലമുള്ള ഉത്തരവില്ലാതെ വിട്ടയയ്ക്കരുത്.

ഡയറക്ടർ ക്രിമിനൽ ഇവെസ്റ്റിഗേഷൻ (ടോങ്കി)ഡയറക്ടർ മെട്രോ പോളിറ്റൻ പൊലിസ് (എൻകാ)

ഇത്തരത്തിലുള്ള വിശദമായ മാർഗരേഖകളനുസരിച്ച് ഡോറയെ പ്പോലുള്ള നൂറുനൂറു ബാലികമാർ അറസ്റ്റു ചെയ്യപ്പെട്ടുകാണും. ആദ്യം പൊലീസ് ലോക്കപ്പുകളിലേക്കും അവിടന്ന് *ഡ്രാൻഷി* തടങ്കൽ പാളയ ത്തിലേക്കും ഒടുവിൽ മരണക്കെണിയായ *ഓഷ്വിറ്റ്സി*ലേക്കും അവർ അയച്ചുകാണും. അറസ്റ്റു രേഖകളൊക്കെ യുദ്ധാനന്തരം നശിപ്പിക്കപ്പെട്ടു. എന്ന് പ്രത്യേകം പറയേണ്ടതില്ലല്ലോ. എന്നാലും ഏതാനും താളുകൾ എങ്ങനെയോ രക്ഷപ്പെട്ടു. ഉദാഹരണത്തിന്

പൊലീസ് റിപ്പോർട്ട് 25 ഓഗസ്റ്റ് 1942

ജൂതനക്ഷത്രം ധരിക്കാത്തതുകാരണം താഴെ പറയുന്നവരെ ലോക്ക പ്പിലാക്കി

എസ്തർ സ്റ്റെമാൻ ജനനം 13 ജൂൺ 1926, പാരിസ് 12ആം വാർഡ്, താമസം......

ബെഞ്ചമിൻ റോത്തെസൻ ജനനം 19 ഡിസമ്പർ 1922.........താമസം

പൊലീസ് റിപ്പോർട്ട് 1 സപ്റ്റമ്പർ 1942

ഇസ്പെക്ടർ ക്യുറിനിയും ഇസ്പെക്റ്റർ ലസാലും ചീഫ് സുപരിൻ ഡെന്റിന്(സ്പെഷ ബ്രിഡേഗ്) അയയ്ക്കുന്നത്.

ലൂയിസാ ജാകോബ്സൺ (ജനനം ഡിസംബർ 24, 1925, ജൂത, അവിവാഹിത താമസം അമ്മയോടൊപ്പം ബൂളേ റോഡ്, പതിനൊന്നാം വാർഡ് പാരിസ്. വിദ്യാർഥിനി.) താങ്കളുടെ കസ്റ്റഡിയിലേക്ക് അയയ്ക്കുന്നു.

മേൽപറഞ്ഞ അഡ്രസ്സിൽ പരിശോധനയ്ക്കു ചെന്ന സമയത്ത് ലൂയിസാ ജാകോബ്സൺ നിയമപ്രകാരമുള്ള ജൂതനക്ഷത്രം ധരിച്ചിരുന്നില്ല. താൻ രാവിലെ എട്ടരമണിക്ക് കോളേജിലേക്കു പോയതാണെന്നു പറയുന്നു. പക്ഷേ അയൽക്കാർ പറഞ്ഞത് അവൾ ജൂതനക്ഷത്രം ധരിക്കാതെ അടിക്കടി പുറത്തേക്കു പോകാറുണ്ടെന്നാണ്.

ഞങ്ങളുടെ ഫയലുകളിലും ക്രിമിനൽ ഇവെസ്റ്റിഗേഷൻ വകുപ്പിന്റെ ഫയലുകളിലും ലൂയിസാ ജാകോബ്സണിന്റെ പേരില്ല.

പൊലീസ് റിപ്പോർട്ട് 17 മെയ് 1944. ഇന്നലെ രാത്രി 10.45ന് രണ്ടു പൊലീസുകാർ ഫ്രഞ്ചു ജൂതൻ ഷൂൾ ബോമാനെ അറസ്റ്റു ചെയ്തു. ജനനം 25 മാച്ച് 1925, 40 റൂസ്സോ റോഡ്, പതിനെട്ടാം വാർഡ്, പാരിസ്. മഞ്ഞ നക്ഷത്രം ധരിച്ചിരുന്നില്ല. പൊലീസുകാർ ചോദ്യം ചെയ്തപ്പോൾ ഓടിരക്ഷപ്പെടാൻ ശ്രമിച്ചു. പൊലീസ് മൂന്നു തവണ മുന്നറിയിപ്പായി ആകാശത്തേക്കു വെടിവെച്ചു. ഒടുവിൽ ഷാനോഡിയേ റോഡിലെ ഒരു കെട്ടിടത്തിന്റെ എട്ടാം നിലയിൽ ഒളിക്കാൻ ശ്രമിച്ചപ്പോൾ പൊലീസ് പിടികൂടി അറസ്റ്റു ചെയ്തു.

മാഡം ശലോമോനിനുള്ള കുറിപ്പിൽ പറയുന്നത് ഡോറ അമ്മയുടെ അടുത്തേക്ക് തിരിച്ചെത്തിയെന്നാണ്. അവളുടെ അമ്മ അതിനകം ജൂതനക്ഷത്രം ധരിക്കാൻ തുടങ്ങിക്കാണും. അതെന്തായാലും *ക്ലിഞ്ഞ്യാകൂർ* പൊലീസ് ഓടിപ്പോയ ഫ്രഞ്ചുബാലിക എന്ന നിലയ്ക്കാവും ആ കേസ് കൈകാര്യം ചെയ്തിരിക്കുക. അതല്ലെങ്കിൽ അപ്പോൾത്തന്നെ അവളെ അറസ്റ്റു ചെയ്യുമായിരുന്നു.

എനിക്ക് മിസ് ശലോമാനെ കണ്ടെത്താനായില്ല. ഇപ്പോഴും ജീവിച്ചിരിപ്പുണ്ടോ എന്തോ. അവർ തീർച്ചയായും യുജിഐഎഫ് (Union Generale des Israelites de France) ഫ്രഞ്ചു ജൂതസംഘടനയിലെ അംഗമായിരിക്കണം. ഫ്രാൻസ് ജർമൻ പിടിയിലായിരുന്ന കാലഘട്ടത്തിൽ ഈ സംഘടനയാണ് ജൂതസമൂഹത്തിനുവേണ്ടി കാരുണ്യപ്രവർത്തനങ്ങൾ നടത്തിയിരുന്നത്. പക്ഷേ നിർഭാഗ്യവശാൽ സംഘടനയുടെ രൂപീകരണം വിവാദപൂർണമായിരുന്നു. കാരണം ജർമൻ അധികൃതരും വിഷി ഗവൺമെന്റുമാണ് ഈ സംഘടന രൂപീകരിക്കാൻ പരോക്ഷമായി സഹായം നല്കിയതത്രെ. പോളണ്ടിൽ രൂപീകരിച്ച ജൂത കൗൺസിൽ[13] പോലെ സ്വന്തം ലക്ഷ്യങ്ങൾ നേടിയെടുക്കാൻ ഭരണകൂടത്തിന് ഇതില് പരം സുഗമമായ മാർഗമുണ്ടോ?

---

13. ജൂത കൗൺസിൽ : ഈ സംഘടനയുടെ യഥാർഥ അജൻഡ ജൂതരെ സംബന്ധിച്ചുള്ള വിവരങ്ങൾ ശേഖരിച്ച് നാസി അധികൃതരെ ഏല്പിക്കുകയായിരുന്നു.

ഫ്രഞ്ചുജൂത സംഘടനയിലെ ഭാരവാഹികൾ ജൂതരായിരുന്നു, അവർക്ക് നിയമസാധുതയുള്ള തിരിച്ചറിയൽ കാർഡുകളും ഉണ്ടായിരുന്നു. പക്ഷേ താമസിയാതെ ഇതിന്റെ പൊള്ളത്തരം വെളിച്ചത്തായി. 1943 മുതൽ നൂറുകണക്കിന് ഭാരവാഹികളും പ്രവർത്തകരും അറസ്റ്റു ചെയ്യപ്പെടുകയും തടങ്കൽപാളയത്തിലേക്ക് അയക്കപ്പെടുകയും ചെയ്തു. ഇത്തരമൊരു ലിസ്റ്റിൽ ആലിസ് ശലോമോൻ എന്നൊരു പേര് ഞാൻ കാണുകയുണ്ടായി, പക്ഷേ അവരുടെ പ്രവർത്തനരംഗം സ്വതന്ത്രമേഖലയിലായിരുന്നു. ഡോറയെക്കുറിച്ചുള്ള വിവരം ലഭിച്ച മിസ് ശലോമോൻ ആയിരിക്കാനിടയില്ല.

പക്ഷേ ഡോറാ ബ്രൂഡറെ അമ്മയെ ഏല്പിച്ചെന്ന ആ ഔദ്യോഗിക ക്കുറിപ്പ് ആരാവും എഴുതിയത്? ഫ്രഞ്ചുജൂത സംഘടനയുമായി ബന്ധപ്പെട്ടവരാണെന്നു വരികിൽ അവർക്ക് ബ്രൂഡർ കുടുംബത്തെ പരിചയമുണ്ടെന്നു വരും. നിത്യവൃത്തിക്കു പോലും ബുദ്ധിമുട്ടുന്ന മറ്റനേകം ദരിദ്രജൂതകുടുംബങ്ങൾ ഈ കാരുണ്യസംഘടനയെ ആശ്രയിച്ചിരുന്നു. മറ്റുപോംവഴിയൊന്നും കാണാതെ സെസിൽ ബ്രൂഡറും സഹായമഭ്യർഥിച്ചിരിക്കാം. മാർച്ച് മാസം മുതൽ ഡ്രാൻഷി തടങ്കപ്പാളയത്തിൽ കഴിയുന്ന ഭർത്താവ് ഏണസ്റ്റ് ബ്രൂഡറെപ്പറ്റിയുള്ള വിവരങ്ങളറിയാനും ഭക്ഷണപ്പൊതികൾ കൊടുത്തയയ്ക്കാനും ഈയൊരൊറ്റ വഴിയല്ലേയുള്ളു. മാത്രമല്ല, കാരുണ്യസംഘടനയുടെ സഹായത്തോടെ ഡോറയേയും കണ്ടുപിടിക്കാനായേക്കുമെന്ന് പ്രത്യാശിച്ചുകാണും.

പൊലീസു വിഭാഗത്തിലെ സാമൂഹ്യപ്രവർത്തകർ വേണ്ടതു ചെയ്യും എന്നാണ് കുറിപ്പിൽ കാണുന്നത്. 1942ൽ ക്രിമിനൽ വിഭാഗത്തിന്റെ ഭാഗമായിരുന്നു ബാലികാബാലന്മാരുടെ സംരക്ഷണയ്ക്കായുള്ള പൊലീസ് വകുപ്പ്. ഈ വകുപ്പിനോടനുബന്ധിച്ച് ഒരു മുതിർന്ന സാമൂഹ്യപ്രവർത്തകയുടെ കീഴിൽ ഇരുപതു സ്ത്രീകളടങ്ങിയ ഒരു സ്വതന്ത്ര ഉപവിഭാഗം പ്രവർത്തിച്ചിരുന്നു.

അക്കാലത്തെ ചില ഫോട്ടോഗ്രാഫുകൾ എനിക്ക് കണ്ടെത്താനായിട്ടുണ്ട്. ഇരുപത്തഞ്ചു വയസ്സുള്ള രണ്ടു യുവതികൾ. കറുപ്പോ കടുംനീലയോ ആയ യൂണിഫോം. രണ്ടു PI കെട്ടിപ്പിണഞ്ഞുകിടക്കുന്ന മുദ്രയുണ്ട് ജാക്കറ്റിൽ, പൊലീസ് വിഭാഗം എന്നു സൂചിപ്പിക്കുന്നതാവാം. ഇടതുവശത്തു നില്ക്കുന്നവളുടെ മുടി തോളറ്റം വരെ. ഒരു സഞ്ചിയുമുണ്ട്. വലതു വശത്തു നില്ക്കുന്നവൾ ലിപ്സ്റ്റിക് അണിഞ്ഞിട്ടുണ്ടെന്നു തോന്നുന്നു. അവർക്കു പുറകിൽ ഒരു ബോർഡ്, പൊലീസ് സോഷ്യൽ സർവീസ്. അതിനു താഴെ പ്രവർത്തി സമയം രാവിലെ 9.30 മുതൽ 12.00 വരെ. അതിനു താഴെയുള്ളതിൽ പാതിയും യുവതിയുടെ തല മറയ്ക്കുന്നു. എന്നാലും ഇത്രയും വായിച്ചെടുക്കാം ഡിപാർട്ട്മെന്റ് ഓഫ്..... ഇൻസ്പെക്റ്റഴ്സ്. അതിനു താഴെ ഒരു ദിശാസൂചിക വലതോട്ട് ഡോർ നമ്പർ......

ഡോർ നമ്പർ എന്തായിരുന്നുവെന്ന് അറിയാനൊരു വഴിയും ഇല്ല.

ഡോറ ജൂൺ 15ന് *ക്ലിന്യാകൂർ* പൊലീസ് സ്റ്റേഷനിലെത്തി, ജൂൺ 17 നാണ് മിസ് ശലോമോനുള്ള കുറിപ്പ്. ഈ രണ്ടു ദിവസങ്ങൾക്കിടയിൽ എന്തു സംഭവിച്ചിരിക്കും? അമ്മയോടൊപ്പം വീട്ടിലേക്കു പോയിക്കാണുമോ?

41 ഒർണാനോ, *ക്ലിന്യാകൂർ* പൊലീസ് സ്റ്റേഷന്റെ അടുത്തുതന്നെ യാണ് എർമെൽ റോഡ് മുറിച്ചു കടന്നാൽ മതി. ജൂൺ 15ന് വീട്ടിലേക്കു പോയെന്നിരിക്കിൽ, സാമൂഹ്യ പ്രവർത്തകർ മൂന്നു ദിവസത്തിനകം അവളേയും തേടി ചെന്നിരിക്കണം.

പക്ഷേ എനിക്കു തോന്നുന്നത് കാര്യങ്ങൾ അത്രക്കങ്ങ് നേരെച്ചൊവ്വേ നടന്നിരിക്കില്ല എന്നാണ്. എർമെൽ റോഡിലൂടെ മേലും കീഴും ഞാൻ പലതവണ നടന്നിട്ടുള്ളതാണ്. ഒരറ്റത്ത് മോമാർട്ര് കുന്ന്, മറുവശത്ത് ഒർണാനോ ബുളേവാഡ്. എത്ര തന്നെ ശ്രമിച്ചിട്ടും ഡോറയും അമ്മയും ആ റോഡിലൂടെ ജൂൺ മാസത്തെ ഉച്ചവെയിലേറ്റ് വീട്ടിലേക്കു നടന്നു പോകുന്നത് എനിക്കു സങ്കല്പിച്ചെടുക്കാനാവുന്നില്ല.

എന്റെ ഊഹം അന്ന് ജൂൺ 15ന് ഡോറയും അമ്മയും അനിയന്ത്രിത മായ സംഭവപരമ്പരയിലേക്ക് എടുത്തെറിയപ്പെട്ടുവെന്നാണ്. മുതിർന്ന വരേക്കാൾ കുട്ടികൾക്ക് ജീവിതത്തെക്കുറിച്ച് പ്രതീക്ഷകളുണ്ട്. പ്രതി സന്ധികൾക്കു മുന്നിൽ അവർ പ്രതികരിക്കും, അക്രമാസക്തരായെന്നു വരും. മുതിർന്നവരെ, അച്ഛനമ്മമാരേക്കാൾ മുന്നോട്ടു കുതിച്ചെന്നിരിക്കും. അച്ഛനമ്മമാർക്ക് അവരെ രക്ഷിക്കാനായില്ലെന്നു വരും.

പൊലീസ്, മിസ് ശലോമോൻ, സാമൂഹ്യപ്രവർത്തകർ, ജർമൻ ചട്ട ങ്ങൾ, ഫ്രഞ്ചു നിയമങ്ങൾ, മഞ്ഞ നക്ഷത്രം, ഭർത്താവ് ഡ്രാൻഷി തടങ്കൽ പാളയത്തിൽ, കടുത്ത ദാരിദ്ര്യം ഇവയെല്ലാം ഒത്തുചേർന്ന് സെസിൽ ബ്രൂഡറെ നിസ്സഹായയാക്കിയിരിക്കും, നിഷ്ക്രിയയാക്കിയിരിക്കും. എന്നാൽ ഡോറ ചെറുപ്പമാണ്, തന്റേടിയാണ്, ഒന്നിലധികം തവണ ഈ ഇരുമ്പുവലക്കെണി തുളച്ച് പുറത്തേക്കു രക്ഷപ്പെട്ടവളാണ്.

പലതവണ ഓടിപ്പോകാൻ ശ്രമിച്ചതിനാൽ അവളെ ബാലികമാർ ക്കായുള്ള റിമാണ്ട് ഹോമിൽ പ്രവേശിപ്പിക്കുകയാവും നല്ലതെന്ന്.....

ഒരു വേള ഡോറയെ *ക്ലിന്യാകൂർ* പോലീസ് സ്റ്റേഷനിൽ നിന്ന് പൊലീസ് ഹെഡ്ക്വാർട്ടേഴ്സിലെ ലോക്കപ്പിലേക്ക് കൊണ്ടുപോയിരിക്കും. അതാണല്ലോ പതിവു രീതി. അങ്ങനെയാണെങ്കിൽ ജനാലകളില്ലാത്ത

കരിങ്കൽത്തടവറയിലായിരിക്കും അവളെ അടച്ചിട്ടിരിക്കുക. ജൂതബാലിക മാരും വേശ്യകളും ക്രിമിനലുകളും രാഷ്ട്രീയത്തടവുകാരോടുമൊപ്പം. ചെള്ളും പേനുമരിക്കുന്ന, ദുർഗന്ധം വമിക്കുന്ന തടവറകൾ, കറുത്ത യൂണിഫോം ധരിച്ച പാറാവുകാരികളിൽ നിന്ന് ഒരു ദയയും പ്രതീക്ഷി ക്കാനില്ല.

അതല്ലെങ്കിൽ അവളെ സാമൂഹ്യപ്രവർത്തകരുടെ ഓഫീസിലേ ക്കാവും കൊണ്ടു പോയിരിക്കുക. പ്രവൃത്തി സമയം 9.3012.00 വരെ. വലതു വശത്തുകൂടെ പോയിരിക്കും. ആ വാതിലിന്റെ നമ്പർ എനിക്ക് ഒരിക്കലും അറിയാനാവില്ല.

എന്തായാലും ജൂൺ 19ന് അവൾ പൊലീസു വാനിൽ കയറിക്കാണും അതിനകത്ത് സമപ്രായക്കാരികളായ വേറേയും അഞ്ചുപേർ. അത ല്ലെങ്കിൽ പോകുന്നവഴിക്ക് അഞ്ചുപേരെക്കൂടി പൊക്കിയടുത്തതാവാം. എന്നിട്ട് എല്ലാവരേയും ടുറേൽ തടങ്കൽപ്പാളയത്തിലേക്ക് എത്തിച്ചിരിക്കും. ടുറേൽ കാമ്പ്, മോർടിയേ ബുളേവാഡ്, പോത്ദിലീലാ.

1942ലെ ടുറേൽ റെജിസ്റ്റർ എങ്ങനെയോ കാലത്തെ അതിജീവിച്ചിരിക്കുന്നു. പുറംചട്ടയിലെഴുതീട്ടുണ്ട് സ്ത്രീകൾ. വന്നെത്തിയ ക്രമമനുസരിച്ചാണ് പേരുകൾ എഴുതിച്ചേർത്തിരിക്കുന്നത്. നാസികൾക്കെതിരായി പ്രതിരോധിച്ചതിനോ, കമ്യൂണിസ്റ്റ് ആയതുകൊണ്ടോ അഥവാ ജൂതരാണെങ്കിൽ 1942ൽ നടപ്പിലായ ജൂതർക്കായുള്ള ചട്ടങ്ങൾ ലംഘിച്ചതിനോ അറസ്റ്റു ചെയ്യപ്പെട്ടവരാണിവരൊക്കെ. ഉദാഹരണത്തിന് ജൂതർ രാത്രി എട്ടുമണിക്കുശേഷം പുറത്തിറങ്ങരുത്, എല്ലായ്പോഴും മഞ്ഞ നക്ഷത്രം നിർബന്ധമായും ധരിച്ചിരിക്കണം, അതിർത്തി കടന്ന് സ്വതന്ത്ര മേഖലയിലേക്ക് പോകരുത്. ടെലിഫോൺ ഉപയോഗിക്കരുത്, സൈക്കിൾ, റേഡിയോ എന്നിവ കൈവശം വെക്കരുത്....

റജിസ്റ്ററിൽ ഇങ്ങനെ കാണുന്നു.

1942 ജൂൺ 19ന് എത്തിയവർ

439. ഡോറാ ബ്രൂഡർ ജനനം 25/2/26, വാർഡ്12, പാരിസ്. ഫ്രഞ്ച് 41 ഒർണാനോ ജൂ.XX ഡ്രാൻഷി 13/8/42

അന്ന് വേറെ അഞ്ചുപേരുടെ പേരുകൾ കൂടിയുണ്ട്.

440. ക്ലോഡി വൈബെറ്റ് ജനനം 26/11/24. വാർഡ് 9 പാരിസ്. ഫ്രഞ്ച് 82, മാ റോഡ്. ജൂ.XX ഡ്രാൻഷി 13/8/42

441. സെലി സ്റ്റ്രേറ്റാബ്ലിറ്റ്സ് ജനനം 4/2/26. വാർഡ് 11, പാരിസ്. ഫ്രഞ്ച്. 48 മൊളിയേർ റോഡ്, മോട്രൂ. ജൂ. XX ഡ്രാൻഷി 13/8/42

442. റാകാ ഇസ്രേലോവിസ് 19/7/24. ലോഡ്സി.ഇ. ജൂ. 26...... ജർമൻ അധികാരികൾ നാടുകടത്തി. 19/7/42

443. മാർതാ നാഷ്മനോവിസ് 23/2/25. പാരിസ്. ഫ്രഞ്ച്. ജൂ. 258 മകാഡെ റോഡ്. XX ഡ്രാൻഷി 13/8/42

444. ഈവൺ പിറ്റൂൺ 27/1/25. ആജിയെഴ്സ്. ഫ്രഞ്ച്. 3 മാസെ സംബാ റോഡ്. ജൂ. XX ഡ്രാൻഷി 13/8/42

ഓരോ ബാലികയ്ക്കും പ്രത്യേകം നമ്പർ. ഡോറയുടേത് 439. ജൂ. എന്നതിനർഥം ജൂത. XX എന്നാൽ സ്ത്രീ. ഡ്രാൻഷി 13/8/42. അതായത് ആ ദിവസം *ഡ്രാൻഷി*യിലേക്കു മാറ്റിയെന്ന്. അന്ന് 300 ജൂതസ്ത്രീകൾ ടുറേലിൽ നിന്ന് ഡ്രാൻഷി തടങ്കൽപ്പാളയത്തിലേക്കു മാറ്റിത്താമസിപ്പിക്കപ്പെട്ടു.

ജൂൺ 18ന് ഡോറയെ ക്ലിങ്ങ്യാകൂർ പൊലീസ് സ്റ്റേഷനിൽ നിന്നോ അഥവാ ഹെഡ്ക്വാട്ടേഴ്സിലെ ലോക്കപ്പിൽ നിന്നോ ടുറേലിലേക്ക് മാറ്റുന്ന സമയത്ത് ഏതെങ്കിലുമൊരു പൊലീസുകാരൻ ട്രാൻസ്ഫർ വാറന്റ് എഴുതിയുണ്ടാക്കിയിരിക്കും. എല്ലാ കോളങ്ങളും പൂരിപ്പിച്ച് കൈയൊപ്പിട്ട് വാറണ്ടിന്റെ രണ്ടു കോപ്പികൾ പൊലീസു വാനിലെ ഗാർഡിനു കൈമാറിയിരിക്കും. കൈയൊപ്പിടുമ്പോൾ പൊലീസുകാരൻ തന്റെ നടപടിയുടെ വരുംവരായ്കകളെക്കുറിച്ച് ചിന്തിച്ചുകാണുമോ അതോ അയാളെ സംബന്ധിച്ചേടത്തോളം അതൊരു സർവ്വസാധാരണ നടപടിയായിരുന്നോ? അല്ലെങ്കിലും എന്തിനാലോചിക്കണം, ഈ പെൺകുട്ടിയ ബാലികാസദനത്തിലേക്കല്ലെ അയയ്ക്കുന്നത്, അതും കുറച്ചു ദിവസത്തെ താമസത്തിന്....

വ്യാഴാഴ്ച 19 ജൂൺ 1942. ഡോറ ടുറേൽ തടങ്കപ്പാളയത്തിലെത്തിയ ദിവസം. സ്ത്രീകളെല്ലാവരും പട്ടാള മൈതാനത്തിലേക്ക് ആനയിക്കപ്പെട്ടു. മൂന്നു ജർമൻ ഓഫീസർമാരെത്തി. പതിനെട്ടിനും നാല്പതിനുമിടയ്ക്കു പ്രായമുള്ള ജൂതസ്ത്രീകളോട് ഒരു വരിയായി പുറം തിരിഞ്ഞു നില്ക്കാൻ ഉത്തരവുണ്ടായി. ഒരു ജർമൻ ഓഫീസർ കൈവശമുണ്ടായിരുന്ന ലിസ്റ്റനുസരിച്ച് പേരു വിളിച്ചു. ബാക്കിയുള്ളവർ അവരുടെ മുറികളിലേക്ക് തിരിച്ചയക്കപ്പെട്ടു. അങ്ങനെ വേർതിരിക്കപ്പെട്ട 66 പേരെ മറ്റൊരു വലിയ മുറിക്കയ്കത്ത് അടച്ചിട്ടു. മുറിക്കകത്ത് കസേരയോ ബെഞ്ചോ കട്ടിലോ ഇല്ലായിരുന്നു. മൂന്നു ദിവസം അവരങ്ങനെ തടവിൽ പാർപ്പിക്കപ്പെട്ടു. വാതിൽക്കൽ പൊലീസുപാറാവുണ്ടായിരുന്നു.

ഞായറാഴ്ച ജൂൺ 22, പുലർച്ചെ അഞ്ചുമണിക്ക് അവരെ *ഡ്രാൻഷി* തടങ്കൽപാളയത്തിലേക്കു കൊണ്ടുപോകാനായി ബസ്സുകളെത്തി. 900 പുരുഷന്മാരടങ്ങിയ വാഹനസംഘത്തോടൊപ്പം ഈ ബസ്സുകളും നീങ്ങി. അങ്ങനെ ഫ്രാൻസിൽ നിന്നു സ്ത്രീകളെ കയറ്റിയ ആദ്യത്തെ വാഹനസംഘം പുറപ്പെട്ടു..

പറഞ്ഞറിയിക്കാനാകാത്തൊരു കൊടുംഭീതി അന്തരീക്ഷത്തിൽ തങ്ങി നില്ക്കുന്നതായി ടുറേലിൽ അവശേഷിച്ച സ്ത്രീകൾക്ക് അനുഭവപ്പെട്ടു, അവരതു കഴിവതും മറക്കാൻ ശ്രമിച്ചു, പക്ഷേ അതു യാഥാർഥ്യമായി സദാ മുന്നിൽ നിന്നു. ശ്വാസം മുട്ടിക്കുന്ന അന്തരീക്ഷത്തിൽ ഡോറാ ആദ്യത്തെ മൂന്നു ദിവസം കഴിച്ചു കൂട്ടിയിരിക്കും. പിറ്റേന്ന് ഞായറാഴ്ച.

അതിരാവിലെ കമ്പിയഴികളിലൂടെ ഡോറയും സഹത്തടവുകാരും നോക്കിക്കണ്ടു ഇരുളിലൂടെ അറുപത്തിയാറു സ്ത്രീകൾ നടന്നുനീങ്ങുന്നത്; അവരെ കയറ്റിയ ബസ്സുകൾ അകന്നകന്നു പോകുന്നത്.

ഞാൻ ഏതാനും സ്ത്രീകളെ അന്വേഷിച്ചു കണ്ടെത്തിയിരിക്കുന്നു. ടുറേലിൽ നിന്ന് ജൂൺ 22 ഞായറാഴ്ച്ച രാവിലെ ഡ്രാൻഷിയിലെത്തിയവരാണ്. അവർ ഡോറയെ കണ്ടിരിക്കാനിടയുണ്ട്, അവൾ വ്യാഴാഴ്ച മുതൽ അവിടെ ഉണ്ടായിരുന്നല്ലോ.

ക്ലോഡ് ബ്ലോച്ചിന് അന്ന് മുപ്പത്തിരണ്ടു വയസ്സ്. ഭർത്താവിന്റെ വിവരമറിയാനായി ഗെസ്റ്റപ്പോ ഓഫീസിലേക്കു പോകുന്നവഴിക്ക് അറസ്റ്റു ചെയ്യപ്പെട്ടു. ഭർത്താവിനെ 1941 ഡിസംബറിലാണത്രെ അറസ്റ്റു ചെയ്തത്. ആ സംഘത്തിൽ അവരൊരുത്തിയേ രക്ഷപ്പെട്ടുള്ളൂ.

ഷോസെ ഡെലിമാലിന് അന്ന് വയസ്സ് ഇരുപത്തൊന്ന്. ക്ലോഡും ഷോസെയും പൊലീസ് ഹെഡ്ക്വാട്ടേഴ്സിലെ ലോക്കപ്പിൽ നിന്ന് ഒരുമിച്ച് ടൂറേലിലേക്കു കൊണ്ടുവരപ്പെട്ടവരാണ്. ക്ലോഡ് പറഞ്ഞതിതാണ് ഷോസെ വളരെ ചെറുപ്പമായിരുന്നു, യുദ്ധത്തിനുമുമ്പും വളരെ ദുരിതപൂർണമായ ജീവിതമായിരുന്നു. മനക്കരുത്തു നേടാൻമാത്രം ശക്തിയോ നല്ല ഓർമകളോ അവൾക്കില്ലായിരുന്നു. അവളാകെ തകർന്നുപോയി. ഞാനവളെ ആശ്വസിപ്പിക്കാൻ ശ്രമിച്ചു.... അവളിൽ നിന്ന് അകലാതിരിക്കാൻ ശ്രമിച്ചു. ഓഷ്വിറ്റ്സ് വരെ ഞങ്ങൾ ഒന്നിച്ചായിരുന്നു. പിന്നെ ടൈഫസു പിടിച്ച് അവൾ മരിച്ചുപോയി. ഷോസെയെക്കുറിച്ച് ഇത്രയെ എനിക്കറിയൂ. ഇതിൽക്കൂടുതൽ അറിയാനായിരുന്നെങ്കിൽ എന്നാശിച്ചു പോകുന്നു.

തമര ഇസ്സലിസ്. ഇരുപത്തിനാലു വയസ്സ്. മെഡിക്കൽ വിദ്യാർഥിനിയായിരുന്നു. മഞ്ഞ നക്ഷത്രത്തിനടിയിൽ ഫ്രഞ്ചു കൊടി ഒളിപ്പിച്ചു വെച്ചതിനാണ് അറസ്റ്റു ചെയ്യപ്പെട്ടത്. അവളുടെ തിരിച്ചറിയൽ കാർഡ് കണ്ടുകിട്ടിയിരിക്കുന്നു. 10 ബുസ്നേവാ റോഡ്, സാക്ലൂ. നീണ്ട മുഖം, ഇളം തവിട്ടു നിറമുള്ള തലമുടി, കറുത്ത കണ്ണുകൾ.

ഐഡാ ലെവി ഇരുപത്തൊമ്പതു വയസ്. അവൾ പൊലീസ് ലോക്കപ്പിൽ നിന്നും ടുറേലിൽ നിന്നും കുടുംബാംഗങ്ങൾക്കയച്ച കത്തുകളുണ്ട്. അവസാനത്തെ കത്ത് ട്രെയിനിൽ നിന്നു പുറത്തേക്കു വലിച്ചെറിഞ്ഞതാണത്രെ ഏതോ റെയിൽവേ ജീവനക്കാരൻ അതു പോസ്റ്റു ചെയ്തു. *ട്രെയിനിലിരുന്നാണ് ഇതെഴുതുന്നത്... എവിടേക്കെന്നറിയാതെ പോകുന്ന ട്രെയിൻ. പക്ഷേ കിഴക്കോട്ടാണ് പോകുന്നതെന്നറിയാം. എങ്ങോ അതി ദൂരദേശത്തേക്കാവണം....*

ഈന അവാക്ക് പത്തൊമ്പതു വയസ്സേ ഉണ്ടായിരുന്നുള്ളൂ. ഭവനഭേദനത്തിനാണ് അവളും കൂട്ടുകാരനും അറസ്റ്റു ചെയ്യപ്പെട്ടത്. ആഭരണങ്ങളും ഒന്നരലക്ഷം ഫ്രാങ്ക് റൊക്കം പണവും അവർ മോഷ്ടിച്ചു.

നാസിഭീഷണിയിൽ നിന്നും ഫ്രാൻസിൽനിന്നും രക്ഷപ്പെടാമെന്ന്, ഈ പൈസ കൊണ്ട് പുറത്തെവിടെയെങ്കിലും അഭയം തേടാമെന്ന് പാവം അവർ കരുതിയിരിക്കണം. അവളെ മോഷണത്തിനാണ് ജയിലിലടച്ചത്. ജൂതയായിരുന്നതിനാൽ സാധാരണ ജയിലിലല്ല, ടുറേലിലെ തടങ്കൽ പാളയത്തിലേക്കാണ് കൊണ്ടുപോയത്. അവളുടെ മോഷണത്തോട് എനിക്ക് ആദർശപരമായ ഐക്യമുണ്ട്. 1942 എന്റെ അച്ഛനും കൂട്ടാളികളും ഗ്രാൻഡ് ആർമീ അവെന്യുവിലെ ഒരു ഹാർഡ്വെയർ സ്റ്റോർ കൊള്ളയടിച്ചു. സാധനങ്ങളൊക്കെ ഹോഷ് അവെന്യുവിലെ രഹസ്യത്താവളത്തിലേക്ക് കടത്തിക്കൊണ്ടുപോയി. ഒക്കെ കരിഞ്ചന്തയിൽ വിൽക്കാനായിരുന്നു. ജർമൻ ഉത്തരവുകൾ പ്രകാരവും വിഷി ചട്ടങ്ങളും പത്രപ്പരസ്യങ്ങളുമനുസരിച്ചും അവർ നിയമസാധുതയില്ലാത്തവർ, വെറും പുഴുക്കൾ, സാധാരണ ക്രിമിനലുകൾ, അതുകൊണ്ട് ജീവിച്ചുപോകാനായി അവരങ്ങനെത്തന്നെ പെരുമാറുകയും ചെയ്തു.

എനിക്ക് ഈനയെപ്പറ്റി കാര്യമായി ഒന്നുമേ അറിയില്ല. 1922 ഡിസംബർ 11ന് പോളണ്ടിലെ പ്രുസ്കോവിൽ ജനിച്ചു. പാരിസിലെ അഡ്രസ്സ് 42 ഓബർകാഫ് റോഡ്. സദാ ഉറക്കം തൂങ്ങിക്കിടക്കുന്ന ഒരു കൊച്ചു റോഡ്. അല്പം ചെരിഞ്ഞിട്ടാണ്. എത്രയോ തവണ ഞാനാ കയറ്റം കയറിയിട്ടുണ്ട്.

അനെറ്റ് സെൽമാൻ - ഇരുപത്തൊന്നു വയസ്സ്. തലമുടിക്ക് സ്വർണനിറമായിരുന്നത്രെ. കൂട്ടുകാരൻ ഷോൺ ഷോസ്യൂണുമൊപ്പം 58 സ്റ്റ്രാസ്ബുഗ് ബുളേവാഡിൽ താമസം. ഷോൺ ഷോസെൺ ഡോക്റ്ററുടെ മകനായിരുന്നത്രെ. യുദ്ധത്തിനു മുമ്പ് ഷോണിന്റെ കവിതകൾ ലെറി വെബിയേർ (വഴിവിളക്കുകൾ) എന്ന സർറിയലിസ്റ്റ് മാസികയിൽ പ്രസിദ്ധീകരിക്കപ്പെട്ടിരുന്നു. ഷോണും സുഹൃത്തുക്കളും ചേർന്നു നടത്തിയ മാസികയായിരുന്നു അത്.

അനെറ്റ് സെൽമാനും ഷോൺ ഷോസ്യൂണും. ഫ്ലോ കഫേയിൽ അവരെ പതിവായി കാണാമായിരുന്നത്രെ. കുറച്ചുകാലം അവർ സ്വതന്ത്ര മേഖലയിൽ ഒളിച്ചു പാർത്തു. പിന്നെയാണ് ആപത്ത് അവരെത്തേടിയെത്തിയത്. ഗെസ്റ്റപ്പോ ഓഫീസറുടെ കത്തിൽ നിന്നും പൊലീസു ഫയലിൽ നിന്നും കഥ ഗ്രഹിക്കാവുന്നതേയുള്ളു.

പൊലീസ് റിപ്പോർട്ട് 21 മെയ് 1942. ജൂതരും ജൂതരല്ലാത്തവരും തമ്മിലുള്ള വിവാഹം.

ഫ്രഞ്ചുപൗരൻ ഷോൺ ഷോസ്യൂണും (ആര്യൻ വയസ്സ് 24, ഫിലോസഫി വിദ്യാർഥി)അന്നാ മെകാ സെൽമാനും(ജൂത, ജനനം 1921 നാൻസി, ഫ്രാൻസ്) വിവാഹം കഴിക്കാൻ തീരുമാനിച്ച വിവരം എന്റെ ശ്രദ്ധയിൽപ്പെട്ടിരിക്കുന്നു.

ഈ വിവാഹം ഏതുവിധേനയും തടസ്സപ്പെടുത്തണമെന്ന് ഷോസ്യൂണിന്റെ മാതാപിതാക്കൾ ആഗ്രഹിക്കുന്നു. പക്ഷേ അതിനുള്ള അധികാരമില്ല.

ആയതിനാൽ മുൻകരുതലെന്ന നിലയ്ക്ക് ജൂതയായ അനെറ്റ് സെൽമാനെ ഞാൻ അറസ്റ്റു ചെയ്ത് ടുറേലിലെ തടങ്കൽപാളയത്തിൽ പാർപ്പിച്ചിരിക്കുന്നു.

ഫ്രഞ്ചുപൊലീസ് ഫയലിലെ മറ്റൊരു കുറിപ്പ്.

അനെറ്റ് സെൽമാൻ ജൂത ജനനം 1921 ഒക്റ്റോബ 6, നാൻസി, (ഫ്രഞ്ചു പൗര.) 1942 മെ 23ന് അറസ്റ്റു ചെയ്യപ്പെട്ടു. ജൂൺ പത്തുവരെ പൊലീസ് ഹെഡ്ക്വാട്ടേഴ്സിലെ ലോക്കപ്പിൽ. ജൂൺ 22ന് ജർമനിയിലേക്ക് കയറ്റി അയച്ചു. അറസ്റ്റു ചെയ്യാനുള്ള കാരണം ഷോൺ ഷോസ്യൂൺ എന്ന ആര്യയുവാവുമായുള്ള വിവാഹശ്രമം. ഈ ഉദ്യമത്തിൽ നിന്ന് പിന്തിരിഞ്ഞതായി ഇരുവരും ഡോക്ടർ ഷോസ്യൂണിന്റെ മുമ്പാകെ എഴുതി ഒപ്പിട്ടു കൊടുത്തു. അതുമതിയെന്നും ഇനി പെൺകുട്ടിക്ക് യാതൊരു ഭയവുമില്ലാതെ വീട്ടിലേക്കു തിരിച്ചുപോകാനാകുമെന്നും. ഡോക്ടർ ഷോസ്യൂൺ പ്രത്യാശിച്ചു.

പക്ഷേ ഡോക്ടർ ഷോസ്യൂൺ എന്തും എളുപ്പത്തിൽ വിശ്വസിക്കുന്ന ശുദ്ധമനസ്കനായിരുന്നെന്നോ? പൊലീസ് അനെറ്റ് സെൽമാനെ വീട്ടിലേക്കയച്ചില്ല.

1944 ഷോൺ ഷോസ്യൂൺ പത്രറിപ്പോർട്ടറായി, യുദ്ധറിപ്പോട്ടർ. 1944 നവംബർ 11ലെ ഒരു പത്രത്തിൽ ഈ പരസ്യം കണ്ടു.

കാണ്മാനില്ല. ഷോൺ ഷോസ്യൂ എന്ന പത്രറിപ്പോർട്ടറെ കാണ്മാനില്ല. ഈ വ്യക്തിയെക്കുറിച്ച് എന്തെങ്കിലും വിവരങ്ങൾ അറിയാവുന്നവർ ദയവു ചെയ്ത് ഞങ്ങളുടെ മറ്റൊരു പത്രമായ ലൂഫാൻക്ലിഹെർന്റെ പത്രാധിപരുമായി ബന്ധപ്പെടുക. സെപ്റ്റംബർ 6ന് പത്രദൗത്യവുമായി മുൻ പ്രതിരോധപ്രവർത്തകരായ ലെകൊംറ്റ് ദമ്പതികളോടൊപ്പം കറുത്ത സിട്രോൺ കാറിൽ പുറപ്പെട്ടുപോയതാണ്. കാറിന്റെ റജിസ്ട്രേഷൻ നമ്പർ 6283, കാറിന്റെ പുറകിൽ ലൂഫാൻക്ലിഹെർ എന്ന ലേബലുമുണ്ട്.

പിന്നീടെനിക്ക് വിവരം കിട്ടി. ഷോസ്യൂൺ തന്റെ കാറ് ജർമൻ സൈന്യനിരയിലേക്ക് ഓടിച്ചു കയറ്റിയെന്ന്. സൈനികർ അയാളെ വെടിവെച്ചു വീഴ്ത്തുംമുമ്പ് അവരുടെനേരെ അയാളുടെ നേരെ ഒപ്പത്തിനൊപ്പം മെഷീൻഗൺ ഗർജിച്ചു.

ഷോൺ ഷോസ്യൂണെഴുതിയ ഒരു പുസ്തകം അടുത്ത വർഷം പ്രസിദ്ധീകരിക്കപ്പെട്ടു. നഗരത്തിലെ കാൽനടക്കാരൻ.

രണ്ടു കൊല്ലം മുമ്പ് സെയിൻ നദീതീരത്തുള്ള ഒരു പുസ്തകക്കടയിൽ ഞാനൊരു കത്തു കണ്ടു. ജൂൺ 22ന് ഡ്രാൻഷി തടങ്കൽകാമ്പിൽ നിന്ന് ഓഷ്വെറ്റ്സിലേക്ക് അയയ്ക്കപ്പെട്ട ഒരു വ്യക്തിയുടെ അവസാനത്തെ കത്ത്. അയാളോടൊപ്പം മരണവണ്ടിയിൽ ക്ലോഡ് ബ്ലോച്ച്. ഷോസെറ്റ് ഡെലിമ, തമാര ഇസ്സ്ലേലിസ് ഈന, അനെറ്റ് സെൽമാൻ.... എന്നിവരൊക്കെ ഉണ്ടായിരുന്നിരിക്കണം.

കത്ത് വില്പനയ്ക്കു വെച്ചിരിക്കയാണ്. അതായത് അവകാശികളാരുമില്ലെന്നർഥം. ഡ്രാൻഷി കാമ്പിൽ വെച്ച് റോബർട്ട് ടർടാകോവ്സ്കി എഴുതിയ കത്താണ്. ജനനം 1902 നവമ്പർ ഒഡേസ. യുദ്ധത്തിനു മുമ്പ് ലിലിസ്ട്രാഷ്യോങ്(ചിത്രാഖ്യാനം) എന്ന മാസികയിൽ സ്ഥിരമായി കലാപംക്തി കൈകാര്യം ചെയ്തിരുന്നയാൾ. നനുത്ത സമചതുരാകൃതിയിലുള്ള താള്. രണ്ടു വശത്തും കുനുകുനെ എഴുതിനിറച്ചിട്ടുണ്ട് ഇന്ന് അമ്പതു കൊല്ലങ്ങൾക്കു ശേഷം 1997 ജനുവരി 29ന് ഞാനാ കത്ത് ഇവിടെ ചേർക്കുന്നു.

മദാം ടർടാകോവ്സ്കി,
50 ഗോഡ്ഫ്രൊകാവിന്യക് റോഡ്,
പാരിസ് പതിനൊന്നാം വാർഡ്.

19 ജൂൺ 1942 വെള്ളിയാഴ്ച

ഇന്നലെയാണ് എന്നെ അയയ്ക്കാൻ തീരുമാനമായത്. ഞാനെന്നേ ഇതിനായി തയ്യാറെടുത്തിരുന്നു. ഈ ക്യാമ്പിലുള്ളവരെല്ലാം ഭയഭീതരാണ്. പലരും കരച്ചിലു തന്നെ. അവർക്കൊക്കെ ഉൽക്കടമായ ഭയം. എനിക്ക് ഒരേയൊരു അസ്വസ്ഥതയേയുള്ളൂ. ഞാനാവശ്യപ്പെട്ട വസ്ത്രങ്ങളൊന്നും ഇനിയും എത്തിയിട്ടില്ല. പാർസലിന്റെ റസീറ്റ് ഞാനയച്ചു കൊടുത്തതാണ്. പോകുന്നതിനുമുമ്പ് കിട്ടുമോ എന്തോ. അമ്മയും നിങ്ങളൊക്കെയും ഒന്നുകൊണ്ടും വേവലാതിപ്പെടരുത്. യാതൊരു അപായവും വരാതെ എന്നെ രക്ഷിക്കാൻ ഞാനങ്ങേയറ്റം ശ്രമിക്കും. എന്റെ എഴുത്തോ വിവരമോ കിട്ടിയില്ലെങ്കിൽ പരിഭ്രമിച്ച് ബഹളം വെക്കരുത്. ക്ഷമയോടെ കാത്തിരിക്കണം. അത്യാവശ്യമാണെങ്കിൽ റെഡ് ക്രോസിനെ സമീപിക്കൂ. പതിനഞ്ചാം വാർഡിൽ സാലാംബെ പൊലീസ് സ്റ്റേഷനിൽ ചെന്ന് മെയ് മൂന്നിന് പിടിച്ചെടുത്ത രേഖകൾ തിരിച്ചുതരാൻ

പറയണം. പ്രത്യേകിച്ചും ഞാൻ സന്നദ്ധസേനയിൽ സേവനമനുഷ്ഠിച്ച സർട്ടിഫിക്കറ്റ് (റെജിമെന്റ് 10107). ഒരു വേള അത് ക്യാമ്പിൽത്തന്നെ കാണും, അതു തിരിച്ചു തരുമോ എന്തോ. ആൽബെർട്ടിന്റെ ശില്പം വാർത്തെടുത്ത് മിസ് ബിയാനോവിചിക്കു (14 ഡിഗൂറി റോഡ്) കൊടുക്കണം. അത് ഒരു സുഹൃത്തിനുള്ളതാണ്. അവർ 1200 ഫ്രാങ്കു തരും. അവർ വീട്ടിലുണ്ടാവുമെന്ന് എഴുതിച്ചോദിച്ച് ഉറപ്പു വരുത്തിയിട്ടേ പോകാവൂ. ഡ്രാൻഷിയിൽ വെച്ച് ശില്പി *ഗോംപെലി*നെ കണ്ടു. അയാളെ *ലീതാകാചി*യിലേക്ക് പ്രദർശനത്തിനു ക്ഷണിക്കണം. എല്ലാ ശില്പങ്ങളും വേണമെന്ന് ഗാലറി അധികൃതർ ആവശ്യപ്പെട്ടാൽ മൂന്നെണ്ണമൊഴിച്ച് ബാക്കിയൊക്കെ നല്കാം. അവ മൂന്നും വിറ്റുപോയെന്നോ അതല്ലെങ്കിൽ പബ്ലിഷർക്കു വേണ്ടി പ്രത്യേകം മാറ്റിവെച്ചതാണെന്നോ പറയണം. വാർപ്പെടുക്കാനുള്ള അച്ചിന് കേടൊന്നും വരില്ലെങ്കിൽ വേറേയും രണ്ടെണ്ണം എടുത്തോളൂ. വല്ലാതെ നിർബന്ധം പിടിക്കയാണെങ്കിൽ മാത്രം. ഏറെ ബുദ്ധിമുട്ടാനൊന്നും പോകേണ്ട. മാർതയെ കുറച്ചുദിവസത്തേക്ക് എവിടേയെങ്കിലും അയക്കാനായെങ്കിൽ. ഒരു വാർത്തയുമില്ലെന്നത് ശുഭസൂചകമാണെന്നു കരുതരുത്. ഈ കത്ത് സമയത്തിനു കിട്ടുകയാണെങ്കിൽ കഴിയുന്നത്ര ഭക്ഷണപ്പൊതികൾ കൊടുത്തയക്കൂ. അവയുടെ ഭാരം ആരും അത്ര നിഷ്കർഷയോടെ പരിശോധിക്കാറില്ല. ഗ്ലാസുകൊണ്ടുള്ള പാത്രങ്ങളയയ്ക്കരുത്. അതൊക്കെ തിരിച്ചയയ്ക്കും. കത്തി, റേസർ, ഫോർക്ക്, പെന്ന് എന്തിനു പറയുന്നു സൂചിപോലും അനുവദനീയമല്ല. സാരമില്ല എങ്ങനെയെങ്കിലുമൊക്കെ കഴിച്ചുകൂട്ടാം. ബിസ്ക്കറ്റും പുളിക്കാത്ത റൊട്ടിയും അയച്ചോളൂ. കത്തിലെഴുതിയിരുന്നല്ലോ എന്റെ സുഹൃത്ത് പെഴ്സിമാഗിക്കു വേണ്ടി (ഐറീൻ) സ്വീഡിഷ് എംബസിയുമായി ബന്ധപ്പെടണം. അയാൾക്ക് എന്നെക്കാളും പൊക്കമുണ്ട്, വസ്ത്രങ്ങളൊക്കെ കീറിപ്പറിഞ്ഞിരിക്കുന്നു. (ഗ്രാങ്ഷോമിയേറിലെ ഗാറ്റെങ്യോയെ കാണുക) ഒന്നോ രണ്ടോ ബാർ സോപ്പുകൾ, ഷേവിംഗ് സോപ്പ്, ഷേവിംഗ് ബ്രഷ്, ടുത് ബ്രഷ്, നെയിൽ ബ്രഷ് എല്ലാം കിട്ടിയാൽ നന്നായിരുന്നു. ഞാനെല്ലാം ഒറ്റയടിക്ക് പറയാൻ ശ്രമിക്കയാണ്. നിങ്ങളോടൊക്കെ പറയാനുള്ള മറ്റുകാര്യങ്ങളോടൊപ്പം അതിസാധാരണ കാര്യങ്ങളും കൂട്ടിക്കലർത്തിയിട്ടുണ്ട്. ഞങ്ങളുടെ കൂട്ടത്തിൽ നിന്ന് ഒരായിരം പേരെങ്കിലും പോകും. ഇവിടെ ചില ആര്യന്മാരുമുണ്ട് കേട്ടോ. അവരും ജൂതമുദ്ര അണിയാൻ നിർബന്ധിതരാണ്. ഇന്നലെ നാസി കാപ്റ്റൻ ഡോണ്കർ ക്യാമ്പിലേക്കു വന്നു. എല്ലാവരേയും പല ഭാഗങ്ങളിലേക്കായി മാറ്റി. നമ്മുടെ സുഹൃത്തുക്കളോടൊക്കെ പറയണം. കഴിയുമെങ്കിൽ രക്ഷപ്പെടാൻ. ഇവിടെയത്തിയാൽപ്പിന്നെ ആശയ്ക്കു വഴിയില്ല. ഓഷ്വിറ്റ്സിലേക്കുള്ള ഞങ്ങളുടെ യാത്ര കോപീനിലൂടേയാവാൻ സാധ്യതയുണ്ട്. ഉറപ്പിച്ചു പറയാനാവില്ല. ഇനി അഴുക്കുതുണികളൊന്നും കൊടുത്തയയ്ക്കില്ല. ഞാനതൊക്കെ ഇവിടെത്തന്നെ അലക്കിയെടുത്തോളാം. ഇവിടത്തെ ആൾക്കാരുടെ ഭീരുത്വം എന്നെ

അതിശയിപ്പിക്കുന്നു. അവിടെയെത്തിക്കഴിഞ്ഞാൽ ഇനിയെന്താണാവോ സ്ഥിതി. ആലോചിക്കാനാവുന്നില്ല. കഴിയുമെങ്കിൽ ചെന്ന് മദാം സസ്മനെ കാണൂ. അവരോട് പ്രത്യേകിച്ചൊന്നും ചോദിക്കരുത്. സാധാരണ വിവരങ്ങൾ മാത്രം. അമ്മയോടു പറയണം ജാഗ്രതയോടെ ഇരിക്കാൻ. നിത്യേന അറസ്റ്റുകൾ നടക്കുന്നു. ഇവിടെയെത്തുന്ന ചെലരൊക്കെ വളരെ ചെറുപ്പമാണ്. പതിനേഴോ പതിനെട്ടോ വയസ്സേ കാണൂ. മറ്റു ചിലരാണെങ്കിൽ പടുവൃദ്ധരും എഴുപത് എഴുപത്തിരണ്ട്. ഭക്ഷണപ്പൊതികൾ. ഇനി സ്വീകരിക്കുകയില്ല എന്നത് നേരല്ല. നിർബന്ധം പിടിക്കണം. ഫ്രഞ്ചു ജൂതസഹായസംഘടനയ്ക്ക് ഫോൺ ചെയ്യൂ. നിന്നെ പരിഭ്രമിപ്പിക്കണമെന്ന് എനിക്കില്ല. യാത്രയ്ക്കു വേണ്ട അത്യാവശ്യം ഉടുപ്പുകൾ ഇനിയും കിട്ടിയില്ലല്ലോ. അദ്ഭുതം തന്നെ. എന്റെ വാച്ചും, പെന്നും മാർത്തയ്ക്കു വേണ്ടി തിരിച്ചയയ്ക്കും. അക്കാര്യം ഞാൻ ബി.യെ ഏല്പിക്കാം. എനിക്കയയ്ക്കുന്ന ഭക്ഷണപ്പൊതികളിൽ ചീഞ്ഞുപോകാനിടയുള്ളതൊന്നും വെച്ചേക്കരുത്. കത്തുകളില്ലാതെ ഫോട്ടോഗ്രാഫുകൾ മാത്രം ഭക്ഷണപ്പൊതികളിലോ അടിവസ്ത്രങ്ങളിൽ പൊതിഞ്ഞോ അയയ്ക്കണം. എന്റെ കൈവശമുള്ള ആർട്ട് പുസ്തകങ്ങളൊക്കെ ഞാൻ താമസിയാതെ തിരിച്ചയയ്ക്കും. ശൈത്യകാലം അവിടേയായിരിക്കും, വിഷമിക്കേണ്ട, ഞാനെല്ലാത്തിനും തയ്യാറാണ്. ഞാൻ മുമ്പയച്ച പോസ്റ്റ്കാർഡുകൾ വീണ്ടും വീണ്ടും വായിക്കൂ. ഞാനാദ്യം മുതല്ക്കൊണ്ട് ആവശ്യപ്പെടുന്നതെന്തെന്ന്, ഇപ്പോൾ ഞാൻ മറന്നുപോയതെന്തെന്ന് മനസ്സിലാവും. അതെ, കമ്പിളി നൂൽ. മഫ്ളർ, സ്റ്റെറോജിൽ 15. പഞ്ചസാരക്കട്ടകളിട്ടു വെക്കുന്ന അമ്മയുടെ കൊച്ചുചെപ്പ്. എന്നെ ഏറ്റവുമധികം അസ്വസ്ഥനാക്കുന്നത് എല്ലാവരുടേയും തല മൊട്ടയടിക്കുന്ന പരിപാടിയാണ്. മഞ്ഞ നക്ഷത്രമെന്തിന്? മൊട്ടത്തലകൾ കണ്ടാൽ മനസ്സിലാവില്ലേ ജൂതനാണെന്ന്. ഇനി വേറെയെവിടേക്കെങ്കിലും മാറ്റിയാലും സാൽവേഷൻ ആർമി വഴി വാർത്തയെത്തിക്കാൻ ശ്രമിക്കാം. ഐറീനോടു പറയൂ.

ശനിയാഴ്ച 20 ജൂൺ 1942.

എനിക്കേറ്റവും പ്രിയപ്പെട്ടവർക്ക്,

പെട്ടി ഇന്നു കിട്ടി. എല്ലാത്തിനും നിങ്ങളോടൊക്കെ വളരെ വളരെ നന്ദിയുണ്ട്. ഞങ്ങളുടെ യാത്ര നീട്ടി വെച്ചെന്നു തോന്നുന്നു. ഇന്ന് എന്റെ തലയും മൊട്ടയടിക്കും. പോകാനുള്ളവരെയൊക്കെ ഇന്നുമുതൽ ഒരു പ്രത്യേക മുറിയിൽ അടച്ചിടും. ചുറ്റും കനത്ത കാവലുണ്ടാകും. മൂത്രപ്പുരയിലേക്കു പോകുമ്പോഴും കാവൽക്കാരൻ കൂടെ കാണും. ആകപ്പാടെ വല്ലാത്തൊരു ദുശ്ശകുനം തളം കെട്ടിനില്ക്കുന്നു. കോംപീൻ വഴിയാവും പോക്ക് എന്നു തോന്നുന്നില്ല. മൂന്നു ദിവസത്തെ യാത്രയ്ക്കു വേണ്ട ഭക്ഷണം കിട്ടി. ഇനിയും പൊതികളെത്തുന്നതിനുമുമ്പ് ഞാനിവിടം വിട്ടിരിക്കും. പക്ഷേ നിങ്ങളാരും വിഷമിക്കരുത്. കഴിഞ്ഞ തവണ അയച്ചു തന്നതു തന്നെ യഥേഷ്ടം. ചോക്കലേറ്റും സോസേജും ജാമുമൊക്കെ

ഞാൻ മാറ്റിവെച്ചിരിക്കയാണ്. ശാന്തരായിരിക്കൂ. ഞാൻ നിങ്ങളെയൊക്കെ ഓർത്തോർത്തിരിക്കും. ജൂലൈ 28ന് പെട്രുഷ്കയുടെ സമ്പൂർണ റെക്കോർഡ് സെറ്റ് നാലെണ്ണമുണ്ട് മാർത്തയ്ക്കു കൊടുക്കണമെന്നുണ്ടായിരുന്നു. ഇന്നലെ രാത്രി ബി.യെ കണ്ടു. അയാൾ ചെയ്തു തന്നതിനൊക്കെ നന്ദി പറയാൻ. ഇവിടത്തെ ചില മുഖ്യന്മാരുമായുള്ള സംസാരത്തിനിടയിൽ ഞാൻ ലീറോയുടെ ശില്പങ്ങളെ ന്യായീകരിക്കുന്ന കാര്യം ബി.ക്കറിയാം. ഈയടുത്തകാലത്തു കിട്ടിയ ഫോട്ടോകൾ നന്നായിരിക്കുന്നു. എനിക്ക് സന്തോഷമായി. ഇതുവരേയായിട്ടും ബി,യെ കാണിച്ചിട്ടില്ല. അയാൾക്കൊന്നു പോലും കൊടുക്കാത്തതിൽ ഞാൻ ക്ഷമ ചോദിച്ചു. പക്ഷേ നിന്നോട് നേരിട്ടു ചോദിച്ചുവാങ്ങാമല്ലോ എന്നാണ് പറഞ്ഞത്. ഇതിവിടെ വെച്ചു നിർത്താൻ ദുഃഖമുണ്ട്, പക്ഷേ ഇനിയും സമയം കിട്ടും, വേഗം തിരിച്ചു വരാനായാൽ. എനിക്ക് ലീറോയുടെ ശില്പങ്ങൾ വളരെ ഇഷ്ടമാണ്. എന്റെ സ്വന്തം ചെലവിൽ അവ പ്രദർശിപ്പിച്ചിരുന്നേനെ, അതേപ്പറ്റി ഓർക്കാതിരിക്കാനാവുന്നില്ല. ഏതാനും മണിക്കൂറുകൾക്കകം പുറപ്പെടേണ്ടതാണെങ്കിലും.

അമ്മയ്ക്കുവേണ്ടി വേണ്ടതൊക്കെ ചെയ്യണം. എന്നുവെച്ച് സ്വന്തം കാര്യങ്ങൾ അവഗണിക്കണമെന്നല്ല. ഐറീനോടു പറയൂ അമ്മയുടെ അയൽക്കാരിയെന്ന നിലയ്ക്ക് അവരും ജാഗ്രതയോടെ ഇരിക്കണമെന്ന്. ഡോക്റ്റർ ആന്ഡ്രെ അബാദിക്ക് (ഇപ്പോഴും പാരീസിലുണ്ടെങ്കിൽ) ഫോൺ ചെയ്യാൻ ശ്രമിക്കൂ. അയാൾക്കറിയാവുന്ന ഒരു മേൽവിലാസക്കാരനെ ഞാൻ മെയ് ഒന്നാം തിയ്യതി ചെന്നുകണ്ടെന്നു പറയൂ, മെയ് മൂന്നിന് അറസ്റ്റും നടന്നു (ഇത് യാദൃച്ഛികമായിരുന്നോ). ലക്കും ലഗാനുമില്ലാത്ത ഈ കത്ത് ഒരു വേള നിന്നെ വല്ലാതെ അദ്ഭുതപ്പെടുത്തിയെന്നിരിക്കും. പക്ഷേ എന്തു ചെയ്യാം. ഈ അന്തരീക്ഷം അതീവദുസ്സഹമായിരിക്കുന്നു. ഇപ്പോൾ രാവിലെ മണി ആറര. സാമാനങ്ങളിൽ മിക്കതും തിരിച്ചയച്ചേക്കാം അധികമൊന്നും കൂടെ കൊണ്ടുപോകില്ല. വെക്കാൻ സ്ഥലമില്ലാതെ വന്നാൽ കൈയിൽ കിട്ടിയതൊക്കെ പെട്ടികളടക്കം അവർ വലിച്ചെറിഞ്ഞെന്നു വരും. എല്ലാം അവരുടെ അപ്പോഴത്തെ മനഃസ്ഥിതി പോലിരിക്കും. എന്തായാലും ഒരു ഗുണമുണ്ട്. അത്യാവശ്യം വേണ്ടവ ഏതെന്ന് വകതിരിവോടെ തെരഞ്ഞെടുക്കാനുള്ള അവസരം ലഭിച്ചല്ലോ. എന്റെ വിവരം കിട്ടാതെ വരുമ്പോൾ ഉടൻ പരിഭ്രമിക്കരുത്. ശാന്തരായിരിക്കൂ. ക്ഷമയോടെ പ്രത്യാശയോടെ എന്നിൽ വിശ്വാസമർപ്പിച്ച് കാത്തിരിക്കൂ. അമ്മയെ പറഞ്ഞ് ആശ്വസിപ്പിക്കൂ. അങ്ങ് അനന്തതയിലേക്കുള്ള പുറപ്പാടു കണ്ട എനിക്ക് (ഞാൻ മുമ്പു പറഞ്ഞതാണല്ലോ) ഈ യാത്ര എത്രയോ അഭികാമ്യം. എന്റെ ഏറ്റവും വലിയ ഖേദം പേനയിൽ നിന്നുള്ള വേർപാടാണ്. കടലാസു കിട്ടില്ലെന്ന ദുഃഖം (ശുദ്ധ അസംബന്ധമായ ഒരു ചിന്ത. പേനാക്കത്തി പോലും നിഷിദ്ധമായിരിക്കെ ഒരു 'മത്തിയുടെ ടിൻ' തുറക്കാനുള്ള വഴി പോലുമില്ല.) ഞാൻ ധൈര്യം നടിക്കുകയല്ല, എനിക്കതിനു മനസ്സു വരുന്നില്ല. വൃദ്ധരും

രോഗികളുമായി ഒരുപാടുപേരെ പറഞ്ഞയയ്ക്കാനുള്ള ശ്രമമാണ്. ആർഡിയുടെ കാര്യം അയാൾ സുരക്ഷിതനാണെന്നു കരുതുന്നു. പല സാധനങ്ങളും ഞാൻ ഷാക് ദുമാലിനെ ഏല്പിച്ചിട്ടുണ്ട്. ഇനിയിപ്പോൾ വീട്ടിൽനിന്ന് പുസ്തകങ്ങളൊന്നും വേറെ എവിടേക്കും മാറ്റേണ്ട ആവശ്യമില്ല. അതൊക്കെ നിനക്കു വിട്ടുതരുന്നു. യാത്രാസമയത്ത് കാലാവസ്ഥ നന്നായിരിക്കുമെന്നു കരുതട്ടെ. അമ്മയുടെ ആനുകൂല്യങ്ങളൊക്കെ ചിട്ടയോടെ കിട്ടുന്നുണ്ടെന്ന് ഉറപ്പു വരുത്തുക. വേണമെങ്കിൽ ഫ്രഞ്ചുജൂത സഹായസംഘടനയുടെ സഹായം തേടൂ. നീ ഇതിനകം ജാക്വിലിനുമായി സമരസപ്പെട്ടെന്നു കരുതട്ടെ. അവളൊരു വിചിത്ര സ്വഭാവക്കാരിയാണ്. പക്ഷേ മനസ്സു ശുദ്ധമാണ്. (ആകാശം തെളിയുന്നുണ്ട്, ഇന്ന് നല്ലൊരു ദിവസമായിരിക്കുമെന്നു തോന്നുന്നു.) ഞാൻ സാധാണ അയയ്ക്കാറുള്ള പോസ്റ്റ്കാർഡ് കിട്ടിയിരിക്കുമെന്നു കരുതുന്നു, അങ്ങനെയാണെങ്കിൽ പോകുന്നതിനുമുമ്പ് മറുപടി കിട്ടിയിരുന്നേനെ. ഞാൻ നിന്നേയും അമ്മയേയും കുറിച്ച് ഓർക്കുന്നു. എന്റെ എല്ലാ സുഹൃത്തുക്കളേയും എന്റെ സ്വാതന്ത്ര്യം ഉറപ്പു വരുത്താൻ ശ്രമിച്ച, ഈ ശൈത്യത്തെ അതിജീവിക്കാൻ സഹായിച്ച എല്ലാവരോടും നന്ദി. ഈ കത്ത് മുഴുമിക്കുന്നില്ല, യാത്രയ്ക്കുള്ള ബാഗ് തയ്യാറാക്കാനുള്ള സമയമായി. ഇനി വരട്ടെ. ഇനിയെഴുതാനായില്ലെങ്കിൽ എന്റെ പെന്നും വാച്ചും മാർത്തയ്ക്ക് പിന്നെ അമ്മ പറയുമ്പോലെ. ഞാൻ നിങ്ങൾക്കേവർക്കും എന്റെ സ്നേഹാശംസകൾ ധൈര്യമായിരിക്കൂ. ഇപ്പോൾ സമയം രാവിലെ ഏഴ് മണി. വേഗം തിരിച്ചു വരാം.

1996 ഏപ്രിൽ മാസത്തെ രണ്ടു ഞായറാഴ്ചകളിൽ പാരീസിന്റെ കിഴക്കു ഭാഗങ്ങളിൽ ഞാൻ ചുറ്റിനടന്നു. ഹോളി ഹാർട്ട് ഓഫ് മേരി കോൺവെന്റും ടുറേൽ പട്ടാള ബാരക്കും നിന്നിരുന്ന ചുറ്റുവട്ടങ്ങൾ. ഞായറാഴ്ചകളാണ് ഇതിനു പറ്റിയ സമയമെന്ന് എനിക്കു തോന്നി. ആൾത്തിരക്കും ബഹളവുമൊന്നുമുണ്ടാവില്ല, നഗരത്തിന് അലസപ്രകൃതമാവും.

ഹോളി ഹാർട്ട് കോൺവെന്റിന്റെ പൊടിപോലും ബാക്കിയില്ല. റുയിസ്റ്റേഷൻ റോഡും പിക്പസ് റോഡും കൂട്ടിമുട്ടുന്ന കോണിൽ ഇപ്പോൾ തലയുയർത്തി നില്ക്കുന്നത് ആധുനിക രീതിയിലുള്ള അപ്പാർട്ടുമെന്റ് കെട്ടിടങ്ങളാണ്. കോൺവെന്റ് നിന്നിരുന്ന ഭാഗത്ത് കെട്ടിടനമ്പറുകൾ ഒറ്റസംഖ്യകൾ. എതിരേയുള്ള റോഡിൽ ഇരട്ടസംഖ്യകൾ. ആ റോഡിന് വലിയ മാറ്റമൊന്നും വന്നിട്ടില്ല.

പഴയ കാര്യങ്ങളൊക്കെ അവിശ്വസനീയമായിത്തോന്നുന്നു. 1942 ജൂലൈയിൽ ഡോറ ടൂറേലിൽ തടവുകാരിയായിരുന്ന സമയത്ത് കോൺവെന്റിന്റെ എതിർ വശത്തെ നാല്പെത്തെട്ടാം നമ്പർ കെട്ടിടത്തിൽ പൊലീസ് റെയ്ഡു നടന്നു. ഒമ്പതു കുട്ടികളേയും കൗമാരപ്രായക്കാരേയും അറസ്റ്റു ചെയ്തു കൊണ്ടുപോയത്രെ. കോൺവെന്റ് വളപ്പിലേക്കു തുറക്കുന്ന ജാലകങ്ങളുള്ള അഞ്ചു നിലക്കെട്ടിടം. ഓരോ നിലയിലും രണ്ടു വലിയ ജനാലകൾക്കിടയിൽ രണ്ടു കൊച്ചു ജാലകങ്ങൾ. തൊട്ടടുത്ത് അല്പം ഉള്ളോട്ടു നീങ്ങിയുള്ള നാല്പതാം നമ്പർ കെട്ടിടത്തിന് ചാരനിറമാണ്. ചുറ്റും അധികം പൊക്കമില്ലാത്ത മതില്ക്കെട്ടും ഇരുമ്പുഗേറ്റുമുണ്ട്. പിക്പസ് റോഡെത്തുന്നതിനുതൊട്ടുമുമ്പുള്ള കെട്ടിടം നമ്പർ 54 മദാം ലെസിയുടെ കഫേയായിരുന്നു. എതിർ വശത്തു പണ്ട് കോൺവെന്റിന്റെ ചുമരിനോടു ചേർന്നു നിന്നിരുന്ന കൊച്ചു വീടുകൾ അതേപടിയുണ്ട്.

പൊടുന്നനെ എനിക്കൊരു ഉൾവിളിപോലെ. ഡോറ ഓടിപ്പോയ അന്നത്തെ ആ രാത്രി. അന്ന് അവൾ തീർച്ചയായും റുയിസ്റ്റേഷൻ റോഡിലൂടേയാവും നടന്നുപോയിരിക്കുക. കോൺവെന്റിന്റെ ചുമരിനോടു ചേർന്ന് നടന്നകലുന്ന അവളെ എനിക്കു സങ്കല്പിക്കാനാകും. സ്റ്റേഷന്റെ

പേരുള്ള റോഡുകൾ രക്ഷപ്പെടാനുള്ള ചിന്തകൾക്ക് വളം വെക്കുമോ ആവോ?

ഞാനാ ചുറ്റുവട്ടത്തുകൂടെ നടന്നു. മനസ്സിന് വല്ലാത്ത ഭാരം. ഞായറാഴ്ച സായാഹ്നങ്ങളിൽ കോൺവെന്റിലേക്ക് തിരിച്ചു വരുന്ന സമയത്ത് ഡോറ അനുഭവിച്ചിരിക്കാവുന്ന അതേ ദുഃഖഭാരം. എനിക്കുറപ്പുണ്ട്. അവൾ *നാഷ്യോങ്* മെട്രോ സ്റ്റേഷനിലിറങ്ങി കോൺവെന്റിലേക്കു നടന്നു കാണും. പക്ഷേ ഗേറ്റിനകത്തേക്കു കടക്കാതെ നേരേ മുന്നോട്ടു നടന്നിരിക്കും. ഒരു ലക്ഷ്യവുമില്ലാതെയാവും നടന്നിരിക്കുക. ഇരുട്ടു വീഴാൻ തുടങ്ങും. തണൽമരങ്ങളുള്ള *സാമാഡെ അവെന്യു* സദാ ശാന്തമാണ്. അവിടെയെങ്ങാനും ഒരു മൈതാനമുണ്ടായിരുന്നോ? എന്തോ എനിക്കോർമ വരുന്നില്ല. കുറച്ചുകൂടി നടന്നാൽ *പിക്പസ് മെട്രോ* സ്റ്റേഷനായി. അവളങ്ങോട്ടു പോയിരിക്കുമോ? സാമാഡെ അവെന്യുവിനെ അപേക്ഷിച്ച് പിക്പസ് റോഡിന് ഒരുതരം അകൽച്ചയും വിരസതയുമുണ്ട്. മരങ്ങളില്ലാത്തതുകൊണ്ടാണോ. ഹോ! ഞായറാഴ്ച വൈകുന്നേരങ്ങളിലെ തിരിച്ചു വരവ്. ഡോറയ്ക്ക് എന്തുമാത്രം ഏകാന്തത അനുഭവപ്പെട്ടിരിക്കും.

അല്പം മാറി തെക്കോട്ടു ചെരിഞ്ഞു കിടക്കുന്ന *മോർട്ടിയേ ബുളേവാർഡ്*. 1996 ഏപ്രിൽ 28നാണ് ഞാനവിടം സന്ദർശിച്ചത്. *ആർക്കൈവ് ബ്രെട്ടാണ്യെഫീദുകാൽവേ* റോഡുകളിലൂടേയാണ് അവിടെയത്തിയത്. അവിടന്ന് മുകളിലേക്ക് *ഓബർകോഫ് റോഡ്*. ഈന താമസിച്ചിരുന്ന റോഡ്.

വലതുവശത്ത് *പിറനി* റോഡ്. നിറച്ചും മരങ്ങൾ. വിജനമായിക്കിടക്കുന്ന *മെനിൽമുട്ടാങ്* റോഡ്. ഉച്ചവെയിലിൽ അപ്പാർട്ടുമെന്റ് നമ്പർ 140 തിളങ്ങുന്നു. *സാഫർഷു* റോഡ് എത്തിയപ്പോഴേക്കും ആരോ എന്നോ ഉപേക്ഷിച്ചുപോയ ഗ്രാമത്തിലൂടെ നടക്കുന്ന പ്രതീതി.

*മോർട്യെ ബുളേവാഡി*ലെ മരങ്ങൾ. അങ്ങേയറ്റത്ത് *പോർത്ദുലീല*ക്കു തൊട്ടുമുമ്പായി *ടുറേൽ* ബാരക്ക്.

ആ ഞായറാഴ്ച്ച അവിടം വിജനമായിരുന്നു. നിശ്ശബ്ദതയുടെ ആഴക്കയത്തിൽ ആ ചുറ്റുവട്ടം മുഴുവനും ആണ്ടു പോയപോലെ. ഇലകളുടെ മർമരം പോലും വ്യക്തമായി കേൾക്കാം. പഴയ ബാരക്കു കെട്ടിടങ്ങളെ മറച്ചുപിടിച്ചുകൊണ്ട് വളരെ പൊക്കമുള്ള ചുറ്റുമതിൽ. ഞാൻ മതിലിന്റെ അരികുപറ്റി നടന്നു. മതിലിൽ ഒരിടത്ത് നോട്ടീസു പതിച്ചിരിക്കുന്നു

MILITARY ZONE

FILMING OR PHOTOGRAPHY PROHIBITED

ആർക്കും ഒന്നും ഓർമയില്ലെന്നിരിക്കെ എന്തിനീ പ്രഹസനം എന്നു ഞാനെന്നോടു തന്നെ ചോദിച്ചു. ഈ മതിലിനപ്പുറത്ത് കിടക്കുന്നത് ആർക്കും അവകാശമില്ലാത്ത ഭൂമിയാണ്. നിശ്ശൂന്യം, അന്ധകാരമയം, അനന്തവിസ്മൃതി. കോൺവെന്റ് കെട്ടിടങ്ങൾ തട്ടിത്തകർത്ത് നിരപ്പാക്കിയതു പോലെ ഈ പട്ടാളബാരക്കുകൾ തട്ടിനിരത്തപ്പെട്ടില്ലെന്നതു ശരി തന്നെ, പക്ഷേ ഒരു കണക്കിൽ അതേ വിധി തന്നേയല്ലേ?

എങ്കിലും ഇടയ്ക്കിടെ മറവിയുടെ കട്ടിപ്പുതപ്പിനടിയിൽ നിന്ന് ഒരനക്കം, ഒരു മാറ്റൊലി, അങ്ങു ദൂരേനിന്ന് അടക്കിപ്പിടിച്ച എന്തോ ഒന്ന്. എന്താണെന്ന് വ്യക്തമല്ല. ആകർഷണശക്തിയുള്ള കാന്തികതരംഗങ്ങൾ. പക്ഷേ അവയെ പിടിച്ചെടുക്കാനുള്ള ഉപകരണങ്ങളില്ല. സംശയവും കുറ്റബോധവും തുളുമ്പിനില്ക്കുന്ന സൈൻ ബോർഡ് മാത്രം. മിലിറ്ററി സോൺ സിനിമാപിടുത്തവും ഫോട്ടോഗ്രഫിയും നിരോധിച്ചിരിക്കുന്നു.

ട്രേൽ ബാരക്കുകളുടെ ചുമരു പറ്റി നടക്കുമ്പോൾ അനുഭവപ്പെട്ട അതേ തരം ശൂന്യത വളരെ മുമ്പൊരിക്കൽ എനിക്കനുഭവപ്പെട്ടിരുന്നു. അന്നെനിക്ക് ഇരുപതു വയസ്സ്. പാരിസിന്റെ മറ്റൊരു ഭാഗത്തു വെച്ചാണെന്നു മാത്രം. അന്ന് അതെന്തുകൊണ്ടാണെന്ന് എനിക്കു മനസ്സിലായില്ല.

എനിക്ക് ഒരു കൂട്ടുകാരിയുണ്ടായിരുന്നു, ഫ്ളാറ്റുകളിലും ഉൾനാടൻ വീടുകളിലുമൊക്കെ മാറി മാറി താമസിക്കുന്നവൾ. അവസരം മുതലെടുത്ത് ഞാനവിടങ്ങളിൽനിന്ന് വിലപിടിച്ച ആർട്ടു പുസ്തകങ്ങളും അപൂർവ്വ കൗതുകവസ്തുക്കളും കൈക്കലാക്കി വിറ്റു പണമാക്കും. ഒരിക്കൽ റിഗാ റോഡിലെ ഫ്ളാറ്റിൽ നിന്ന് ഞാനൊരു പാട്ടുപെട്ടിയും അലമാരകളിൽ നിന്ന് വിലപിടിച്ച സൂട്ടുകളും, ഷർട്ടുകളും കൈകൊണ്ടുണ്ടാക്കിയ ഷൂസുകളും മോഷ്ടിച്ചു. ഇതൊക്കെ വിറ്റു പണമാക്കാൻ ഭേദപ്പെട്ടൊരു സെകൻഡ് ഹാൻഡ് ഡീലറെ കണ്ടെത്തണമല്ലോ. ഞാൻ ഡയറക്ടറിയിൽ പരതി. *ഷാർഡിൻ സാപൂൾ* റോഡിലെ ഒരു ഷോപ്പു കണ്ടെത്തി.

ഷാളിമാന്യ റോഡിനെ കുറുകെ മുറിച്ചുകൊണ്ട് സെയിൻ നദി തീരത്തെ *സിലിസ്റ്റാ* ജെട്ടിയിലേക്കു നീണ്ടുകിടക്കുന്ന റോഡാണിത്. ഷാളിമാനേയ് റോഡിലെ സ്കൂളിലായിരുന്നു ദുരിതപൂർണമായ എന്റെ സെക്കണ്ടറി വിദ്യാഭ്യാസം. അതിനടുത്തായാണ് ഷോപ്പ്. തുരുമ്പു പിടിച്ച പകുതി പൊക്കിവെച്ച ഇരുമ്പു ഷട്ടർ. ഞാനകത്തേക്കു നുഴഞ്ഞുകടന്നു. പഴഞ്ചൻ ഉരുപ്പടികൾ ചിതറിക്കിടക്കുന്ന കട. പഴയവസ്ത്രങ്ങൾ, മര സാമാനങ്ങൾ, ഇരുമ്പു സാമാനങ്ങൾ, കാറുകളുടെ സ്പെയർപാർട്ടുകൾ എല്ലാമുണ്ട്. മധ്യവയസ്കനായ കടയുടമ വളരെ വിനയത്തോടെ എന്നെ സ്വീകരിച്ചിരുത്തി. ഏതാനും ദിവസങ്ങൾക്കകം വീട്ടിലെത്തി സാധനങ്ങളൊക്കെ ഏറ്റുവാങ്ങാമെന്ന് സമ്മതിച്ചു.

കടയിൽ നിന്നിറങ്ങി ഷാർഡിൻസാപൂ റോഡിലൂടെ ഞാൻ സെയിൻ നദി തീരത്തേക്കു നടന്നു. റോഡിന്റെ ഇടതു വശത്തുണ്ടായിരുന്ന പഴയ കെട്ടിടങ്ങളൊക്കെയും അവയ്ക്കു പുറകിലുള്ളവയും തട്ടി നിരപ്പാക്കിയിരിക്കുന്നു.. തരിശായിക്കിടക്കുന്ന പുറമ്പോക്കുഭൂമി. അതിനകത്ത് തകർന്ന ഭിത്തികളിൽ ഒട്ടിച്ചിരുന്ന ചിത്രക്കടലാസുകഷ്ണങ്ങൾ ആരുടെയൊക്കേയോ ഇരിപ്പുമുറികളുടെ, കിടപ്പറകളുടെ, അടുക്കളകളുടെ അവശിഷ്ടങ്ങൾ. ബോംബു വീണു തകർന്ന സ്ഥലമാണെന്നു തോന്നും. അവിടന്നു നോക്കിയാൽ സെയിൻ നദി കാണാം. ആ കാഴ്ച പരിസരത്തിന്റെ ശൂന്യതയെ ഇരട്ടിപ്പിച്ചതേയുള്ളൂ.

അടുത്ത ഞായറാഴ്ച പറഞ്ഞുറപ്പിച്ച പ്രകാരം അയാളെത്തി. എന്റെ കൂട്ടുകാരിയുടെ അച്ഛന്റെ വീട്ടിലേക്ക്. അവിടെ വെച്ചാണ് ചരക്ക് കൈ മാറേണ്ടത്. അയാൾ പാട്ടുപെട്ടിയും സൂട്ട്ഷർട്ട്ഷൂസുകളും വാനിലേക്കു കയറ്റി, എല്ലാത്തിനും കൂടി 700 ഫ്രാങ്ക് തരികയും ചെയ്തു.

അയാളാണ് പറഞ്ഞത് കഫേയിലേക്കു പോകാമെന്ന്. ഷാൾട്ടി സ്റ്റേഡിയത്തിനു മുന്നിലുള്ള രണ്ടു കഫേകളിലൊന്നിൽ ഞങ്ങൾ കയറി.

എങ്ങനെയാണ് ഉപജീവനം എന്നയാൾ എന്നോടു ചോദിച്ചു. എന്താണ് പറയേണ്ടതെന്ന് എനിക്കറിയില്ലായിരുന്നു. സ്കൂളുപഠിത്തം പാതിയിൽ വിട്ടെറിഞ്ഞതാണെന്നു പറഞ്ഞു. അയാളുടെ കാര്യമോ ഞാൻ അന്വേഷിച്ചു. പുരാവസ്തു ഷോപ്പ് ഒരു ബന്ധുവിന്റേതാണ്. പങ്കുകച്ച വടമാണ്. സ്വന്തമായി വേറൊരു ഷോപ്പുണ്ട് *പോർത്ദുക്ലിങ്ക്യാകൂറി*നു സമീപം. അവിടെ കാലാകാലമായി താമസിക്കുന്ന പോളിഷ് ജൂത കുടുംബത്തിൽപ്പെട്ടവനാണ്.

യുദ്ധത്തെയും ജർമൻവാഴ്ച്ചയേയും പറ്റിയുള്ള ചർച്ച ഞാനാണ് തുടങ്ങിവെച്ചത്. അന്നയാൾക്ക് പതിനെട്ടു വയസ്സ്. അയാക്കോർമയുണ്ട് ഒരു ശനിയാഴ്ച ജൂതരെ ഒന്നടങ്കം അറസ്റ്റു ചെയ്യാനായി പൊലീസുപട എത്തിയത്. *ക്ലിങ്ക്യാകൂർ* മാർക്കറ്റ് ആകമാനം വളഞ്ഞു. തനിക്കു രക്ഷ പ്പെടാനായത് മഹാദ്ഭുതമായി അയാൾ വിവരിച്ചു. അന്ന് അയാളെ നടുക്കി ക്കളഞ്ഞ വസ്തുത പൊലീസുപടയിൽ ഒരു സ്ത്രീയും ഉണ്ടായിരുന്നു വെന്നതാണ്.

നെബുളേവാഡിലെ അപ്പാർട്ടുമെന്റുകൾ വരെ പരന്നുകിടക്കുന്ന പുറമ്പോക്കു സ്ഥലത്തെപ്പറ്റി ഞാനന്വേഷിച്ചു. കുട്ടിക്കാലത്ത് ശനിയാഴ് ചകളിൽ അമ്മയോടൊപ്പം മാർക്കറ്റിലേക്കു പോകുമ്പോൾ ഞാനതു ശ്രദ്ധിക്കാറുണ്ടായിരുന്നു. അയാളും കുടുംബവും അവിടെയാണത്രെ താമസിച്ചിരുന്നത് *എലിസബെത്റോളാങ്* റോഡ്. ആ റോഡിന്റെ പേര് ഞാൻ കുറിച്ചെടുത്തത് അയാളെ ആശ്ചര്യപ്പെടുത്തി. ആ ചുറ്റുവട്ടത്തിന് *നിരപ്പ്* എന്നായിരുന്നത്രെ പൊതുവെ പറയാറുണ്ടായിരുന്ന പേര്. യുദ്ധ ത്തിനു ശേഷം അവിടമെല്ലാം തട്ടി നിരപ്പാക്കി. ഇപ്പോഴത് ഒരു സ്പോർ ട്ടസ് മൈതാനമാണ്.

അയാളോടു സംസാരിച്ചുകൊണ്ടിരിക്കേ ഞാനെന്റെ അച്ഛനെക്കുറി ച്ചോർത്തു. വളരെക്കാലമായി അച്ഛനെ കണ്ടിട്ട്. അച്ഛന് പത്തൊമ്പതോ ഇരുപതോ വയസ്സുള്ള കാലം... ധനവിപണിയിലെ മോഹവലകളിൽ വീഴുന്നതിനുമുമ്പ് കരിഞ്ചന്തയും കള്ളക്കടത്തുമായി ഈ ഭാഗ ങ്ങളിൽ വിലസിയിരുന്നു. പെട്രോൾ, മദ്യം അങ്ങനെ പലതും. നികുതി വെട്ടിച്ച്....

പോകാറായപ്പോൾ അയാൾ സൗഹൃദപൂർവം പറഞ്ഞു ഇനിയും സാധനങ്ങളുണ്ടെങ്കിൽ അറിയിക്കാൻ. ഒരു നൂറു ഫ്രാങ്ക് കൂടുതലും തന്നു. ചെറുക്കൻ കൊള്ളാം ഒരു പാവത്താൻ എന്നു വിചാരിച്ചു കാണും.

ഞാനയാളുടെ മുഖം മറന്നു പോയിരിക്കുന്നു. പേരല്ലാതെ മറ്റൊന്നും ഓർമ വരുന്നില്ല. അയാളും ഡോറയും സമപ്രായക്കാരാണ്, ഒരേ ചുറ്റു വട്ടത്ത് താമസിച്ചിരുന്നവരാണ്. ഒരു വേള അവർക്കു തമ്മിൽ പരിചയ മുണ്ടായിരുന്നിരിക്കും. ഒരു വേള ഡോറയുടെ പലായനങ്ങളുടെ മുഴുവൻ വിവരവും അറിയാമായിരുന്നെന്നും വരാം.... ജീവിതത്തിൽ ഇങ്ങനെ എത്രയെത്ര യാദൃച്ഛികതകൾ, കണ്ടുമുട്ടലുകൾ.... ഇവയെയൊന്നും വേണ്ട പോലെ പ്രയോജനപ്പെടുത്താനാവുന്നില്ല.... ഈ ശരത്കാലത്ത് അതേ പരിസത്തു നിന്നുകൊണ്ട് ഞാനതിനെപ്പറ്റിയൊക്കെ ആലോചിച്ചു പോകുന്നു. ഇരുമ്പു ഷട്ടറുള്ള ആ പഴയ സെകൻഡ് ഹാൻഡ് ഷോപ്പ് ഇന്നില്ല. ചുറ്റുമുള്ള കെട്ടിടങ്ങൾക്ക് പരിഷ്കാരം വന്നിരിക്കുന്നു. മനസ്സിൽ വീണ്ടും ശൂന്യതാബോധം. എന്തുകൊണ്ടാണെന്ന് എനിക്ക് മനസ്സിലാ വുന്നുണ്ട്. യുദ്ധത്തിനുശേഷം ഈ പരിസരത്തുള്ള കെട്ടിടങ്ങളൊക്കെ തട്ടിനിരത്തപ്പെട്ടു. ഗവൺമെന്റ് ചിട്ടയോടെ, പ്ലാനനുസരിച്ച് നടപ്പാക്കിയ പദ്ധതി. തട്ടിനിരത്തപ്പെടേണ്ട ചുറ്റുവട്ടങ്ങളുടെ ലിസ്റ്റിൽ ഈ പരിസര ത്തിന് ബ്ലോക് നമ്പർ 16 എന്നൊരു നമ്പറും നല്കപ്പെട്ടിരുന്നു. എന്റെ കൈവശം പഴയ ഏതാനും ഫോട്ടോകളുണ്ട്. ഒന്നിൽ റോഡിന്റെ ഇരുവശ ത്തുമുള്ള വീടുകൾ കാണാം. മറ്റൊന്നിൽ പാതി ഇടിഞ്ഞുവീണ കെട്ടിട ങ്ങൾ. വേറൊന്നിൽ സെയിൻ നദീതീരത്തെ തരിശുഭൂമി കുറുകെ നട പ്പാതകൾ. *നൊനാഡിഹേ്യ* റോഡിന്റെ അവശിഷ്ടം.. ആ തരിശുഭൂമിയിൽ ഇന്ന് നിരനിരയായി വീടുകൾ. ഒരു പഴയ റോഡിന്റെ കിടപ്പും ഗതിയും അമ്പേ മാറിയിരിക്കുന്നു.

ദീർഘചതുരാകൃതിയിലുള്ള പൂമുഖങ്ങൾ, ചതുര ജാലകങ്ങൾ സിമന്റു കെട്ടിടങ്ങൾക്ക് ചാരനിറമാണ്. മറവിയുടെ ചാരനിറം. വഴിവിളക്കുകളിൽ നിന്ന് തണുത്ത വെളിച്ചം പൊഴിയുന്നു. പരിസരം മോടിപിടിപ്പിക്കാനുള്ള ശ്രമങ്ങളുമുണ്ട്. കടലാസുപൂക്കൾ, ഒരു ബെഞ്ച്, ഒരു പുൽത്തകിടി, ഏതാനും വൃക്ഷങ്ങൾ. *ടൂറേലി*ലെ ഭിത്തിയിൽ പതിച്ചിരുന്ന പരസ്യം പോരെന്നു തോന്നിയിട്ടാവാം എല്ലാം തുടച്ചുമാറ്റി. ചാരുതയാർന്ന സ്വിസ്സ് ഗ്രാമം കെട്ടിപ്പടുക്കാനുള്ള ഈ ശ്രമം. ആരും ഇനിയൊരിക്കലും ഈ പരിസരത്തിന്റെ നിഷ്പക്ഷതയെ ചോദ്യം ചെയ്യരുത്.

മുപ്പതു വർഷം മുമ്പ് ഞാൻ കണ്ട അവശിഷ്ടങ്ങൾ, ഭിത്തികളി ലൊട്ടിച്ചിരുന്ന കടലാസുചിത്രങ്ങൾ...1942 ജൂലൈയിൽ ജൂതവേട്ട നടക്കും വരെ ആ മുറികൾ ഡോറയെപ്പോലുള്ള, അവളുടെ സമപ്രായക്കാരായ ആരുടെയൊക്കേയോ കിടപ്പു ഇരിപ്പുമുറികളുടെ അവശിഷ്ടമായിരുന്നി രിക്കാം.

അവരുടെ പേരുകളോടൊപ്പം എല്ലാ ഫയലുകളിലും അവരുടെ മേൽ വിലാസമുണ്ട് വീട്ടു നമ്പറും റോഡിന്റെ പേരും. ഹാ! കഷ്ടം ആ വീട്ടു നമ്പറുകൾക്കും റോഡുകൾക്കും ഇന്ന് യാതൊരുവിധ സാംഗത്യവുമില്ല.

എനിക്കു പതിനേഴു വയസ്സുണ്ടായിരുന്നപ്പോൾ, എന്നെ സംബന്ധിച്ചേട ത്തോളം ടുറേൽ ഒരു സ്ഥലപ്പേര് എന്നതിൽക്കവിഞ്ഞ് ഒന്നുമായിരുന്നില്ല. ആ പേരു ഞാൻ വായിച്ചത് ഒരു പുസ്തകത്തിന്റെ പുറംചട്ടയിലാണ്. ഷോൺ ജെനെയുടെ *മിറാക്ദുലാറോസ്*. ആ പുസ്തകം എവിടെവെച്ചൊ ക്കെയാണ് എഴുതിയതെന്ന് ഷോൺ ജെനെ പറയുന്നു ലാസാൻടേ ജയിൽ, ടുറേൽ തടങ്കൽപാളയം, 1943. ഡോറ ടുറേലിൽ നിന്നു പോയ ശേഷം ഷോൺ ജെനെ ക്രിമിനൽ കുറ്റത്തിന് അവിടെ തടവിലാക്ക പ്പെട്ടിരുന്നു. ഒരു വേള ജെനേയുടെ വരവും ഡോറയുടെ പോക്കും ഏതാണ്ട് ഒരേ സമയത്തായിരുന്നിരിക്കാം. പുസ്തകത്തിൽ മെത്രേ തടങ്കൽപാളയത്തിന്റെ ഡോറയെ അവിടേക്കയയ്ക്കാനായിരുന്നു അധികൃതരുടെ പ്ലാൻ. സ്മരണകൾ മാത്രമല്ല തുടിച്ചുനില്ക്കുന്നത്, *ലാസാൻടേ*യിലേയും *ടുറേലി*ലേയും വിവരങ്ങളുണ്ട്.

ഈ പുസ്തകത്തിലെ വാചകങ്ങൾ എനിക്ക് ഹൃദിസ്ഥമാണ്. പ്രത്യേ കിച്ച് ആ കുഞ്ഞ് എന്നെ പഠിപ്പിച്ചത് ഇതാണ്. പാരീഷ്യൻ ശൈലിയുടെ ശരിയായ വേരുകൾ അവയുടെ വിഷാദഭരിതമായ മൃദുലതയാണ്. ഈ വാക്കുകൾ എന്നിലുണർത്തുന്നത് ഡോറാ ബ്രൂഡറേയും പോളിഷ്, റഷ്യൻ റൊമാനിയൻ പേരുകളുള്ള മറ്റനേകം കുട്ടികളെയുമാണ്. മഞ്ഞ നക്ഷത്രം നിർബന്ധമായും ധരിക്കേണ്ടി വന്ന കുട്ടികൾ അവർ ശരിക്കും പാരീഷ്യൻ കിടാങ്ങളായിരുന്നു, പൂമുഖങ്ങളിലെയും നടപ്പാതകളിലെയും അപ്പാർട്ടുമെന്റ് കെട്ടിടങ്ങളുടേയും ചാരനിറത്തിലേക്ക് അവരൊക്കെ അനായാസമായി അലിഞ്ഞുചേർന്നു. അത് പാരീസിന്റെ തനതായ ചാര നിറമായിരുന്നു. ഡോറാ ബ്രൂഡറെപ്പോലെ അവരുടെയൊക്കേയും ഉച്ചാ രണത്തിന് പാരിസ് ചുവയുണ്ടായിരുന്നു, ആ ചുവയുടെ വിഷാദഭരിത മായ മൃദുലഭാവമാണ് ഷോൺ ജെനെ കണ്ടെത്തിയത്.

ഡോറ *ടൂറേൽ* തടങ്കൽപാളയത്തിലായിരുന്ന സമയത്ത് തടവുകാർക്ക് പാർസലുകൾ വരുത്തിക്കാനും വ്യാഴ്യാഴ്ച്ചയും ഞായറാഴ്ച്ചയും സന്ദർ ശകരെ കാണാനുമുള്ള അനുവാദം ഉണ്ടായിരുന്നു. ചൊവ്വാഴ്ച കുർബാ നയിൽ പങ്കു ചേരുകയുമാവാം. രാവിലെ എട്ടു മണിക്ക് ഗാർഡുകളെത്തും ഹാജരെടുക്കാൻ. തടവുകാർ കട്ടിലിനടുത്ത് നീണ്ടുനിവർന്നു നിന്നു കൊള്ളണം. ഉച്ചഭക്ഷണത്തിന് കാബേജ് പുഴുങ്ങിയതു മാത്രം. പട്ടാള

മൈതാനത്ത് വ്യായാമം. അത്താഴം വൈകിട്ട് ആറുമണിക്ക്. പിന്നേയും ഹാജരെടുപ്പ്. രണ്ടാഴ്ച കൂടുമ്പോഴാണ് കുളി. ഈരണ്ടു പേരായി വേണം പോകാൻ. അകമ്പടിയായി ഒരു സൈനികനുമുണ്ടാവും. എല്ലാത്തിനും വിസിലടിയാണ്. സന്ദർശകരെ ആരെയെങ്കിലും വരുത്തണമെങ്കിൽ ആദ്യം ജയിലധികാരിക്ക് അപേക്ഷ കൊടുക്കണം. അയാൾ സമ്മതിക്കുമോ എന്നത് തീർച്ചപ്പെടുത്താനാവില്ല.

ഉച്ചഭക്ഷണത്തിനുശേഷം ഭക്ഷണശാലയിൽ വെച്ചാവും കൂടിക്കാഴ്ചകൾ. വരുന്നവരുടെ സഞ്ചികൾ പരിശോധിക്കപ്പെടും. പൊതികൾ തുറന്നു നോക്കും. പലപ്പോഴും അകാരണമായി സന്ദർശനങ്ങൾ റദ്ദു ചെയ്യും. അവസാനനിമിഷത്തിലാണ് അക്കാര്യം തടവുകാരെ അറിയിക്കുക. ജൂതച്ചങ്ങാതികൾ എന്ന് ജർമൻകാർ പരിഹാസപ്പേരിട്ടിരുന്ന ചിലരെ ടുറേലിൽ വെച്ച് ഡോറ കണ്ടിരിക്കാൻ ഇടയുണ്ട്. അത്തരം ഏതാണ്ട് പത്തു പേരുണ്ടായിരുന്നു അവിടെ, അവരൊക്കെ ആര്യവംശജകളായ ഫ്രഞ്ചു വനിതകളായിരുന്നു. ജൂതവംശജർ മഞ്ഞ നക്ഷത്രം ധരിക്കണമെന്ന നിയമം വന്ന ആദ്യദിവസം തൊട്ട് ജൂതരോടുള്ള ഐക്യദാർഢ്യം പ്രദർശിപ്പിക്കാനായി അവരും മഞ്ഞ നക്ഷത്രം ധരിച്ചു. അധികൃതരെ പരിഹാസ്യരാക്കുന്ന വിധത്തിൽ. വളർത്തു പട്ടികളുടേയും കഴുത്തിലൊരു മഞ്ഞ നക്ഷത്രം, മറ്റു ചിലർ സ്വന്തം പേരോ സ്വദേശത്തിന്റെ പേരോ നക്ഷത്രത്തിനു ചുറ്റും തുന്നിച്ചേർത്തു. വേറൊരുത്തിയുടെ ബെൽറ്റിൽ എട്ടു നക്ഷത്രങ്ങൾ ഓരോന്നിലും ഒരോ അക്ഷരങ്ങൾ VICTOIRE (വിജയം.) ഇവരൊക്കെ റോഡിൽ വെച്ച് അറസ്റ്റു ചെയ്യപ്പെട്ടു. ആദ്യം ഏറ്റവും അടുത്ത പൊലീസ് സ്റ്റേഷനിലേക്ക് പിന്നീട് ലോക്കപ്പിലേക്ക് അവിടെന്ന് ടുറേൽ തടങ്കൽപാളയത്തിലേക്ക്. ഓഗസ്റ്റ് 13ന് ഡ്രാൻഷി കാമ്പിലേക്ക്. ജൂതച്ചങ്ങാതികൾ സാധാരണക്കാരായിരുന്നു. ടൈപ്പിസ്റ്റ്, പത്രറിപ്പോർട്ടർ, പത്രവില്പനക്കാരി, തൂപ്പുകാരി, പോസ്റ്റ് ഓഫീസ് ജീവനക്കാരി, വിദ്യാർഥിനി....

ജൂലൈ 27ന് മൊത്തം നൂറു ജൂതസ്ത്രീകൾ രണ്ടു സംഘങ്ങളായി ഡ്രാൻഷിയിൽ നിന്നു പോയി. അവരിൽ പതിനെട്ടുകാരിയായ റാകാ ഇസ്രേലോവിച്ചും ഉണ്ടായിരുന്നു. ഡോറയോടൊപ്പമാണ് അവൾ ടുറേലിലെലത്തിയത്, ഒരുവേള ഒന്നിച്ച് ഒരേ പൊലീസ് വാഹനത്തിൽ. തടങ്കൽപ്പാളയത്തിൽ അടുത്തടുത്തായിരിക്കണം കിടപ്പും.

അറസ്റ്റുകളുടെ എണ്ണം പതിന്മടങ്ങു വർധിച്ചപ്പോൾ ലോക്കപ്പിൽ കയറ്റാതെ തടവുകാരെ നേരെ ടുറേലിലേക്ക് അയക്കാൻ തുടങ്ങി. 20 പേരെ മാത്രം ഉൾക്കാള്ളാനാവുമായിരുന്ന തടവുമുറികളിൽ അതിലിരട്ടി. എന്തൊരു തിക്ക്. ശ്വാസം മുട്ടിക്കുംവിധം ചൂട്. തടവുകാരുടെ ഉദ്വേഗവും ഭീതിയും വധിച്ചു. ടുറേൽ താത്കാലിക താവളമാണെന്ന കാര്യം സകലർക്കും അറിയാമായിരുന്നു. ഇന്നല്ലെങ്കിൽ നാളെ അജ്ഞാതമായ മറ്റൊരിടത്തേക്ക് പോകാനുള്ളതാണ്.

ഓഗസ്റ്റിൽ ടുറേലിലെ തടങ്കൽപ്പാളയത്തിലേക്ക് തടവുകാരുടെ പ്രളയമായിരുന്നു. സ്വതന്ത്രമേഖലയിൽ നിന്ന് ഗൂഡ്സ് ട്രെയിനുകളിലെത്തിയ

ആയിരക്കണക്കിനു സ്ത്രീപുരുഷന്മാർ, *ബൊനുലാറോങ്, പിഥിവിയേ* തടങ്കൽ പാളയങ്ങളിൽ നിന്നുള്ള നൂറുകണക്കിന് സ്ത്രീകൾ സന്താന ങ്ങളിൽനിന്ന് വിച്ഛേദിക്കപ്പെട്ടവർ. അമ്മമാരെ കയറ്റി അയച്ചശേഷം കുട്ടി കളുടെ ഊഴമായി. ഏതാണ്ട് 4000 കുട്ടികൾ. അവരിൽ പലരുടേയും പേരുകൾ ഇട്ടിരുന്ന ഉടുപ്പുകളിൽ ധൃതിയിൽ ആരോ കോറിയിട്ടിരുന്നു. അക്ഷരങ്ങൾ മിക്കവാറും മങ്ങിമാഞ്ഞുപോയിരുന്നു. അജ്ഞാതശിശു നമ്പർ 122; അജ്ഞാതശിശു നമ്പർ146; പെൺകുഞ്ഞ് മൂന്നു വയസ്സ് പേര് മോണിക അജ്ഞാത....

ഓഗസ്റ്റ് 12ന് വൈകുന്നേരം ടുറേൽ ക്യാമ്പിൽ കിംവദന്തി പരന്നു. ജൂതച്ചങ്ങാതികളടക്കം എല്ലാ ജൂതസ്ത്രീകളേയും പിറ്റേന്ന് *ഡ്രാൻഷി* യിലേക്കു കൊണ്ടുപോകുമെന്ന്. ഓഗസ്റ്റ് പതിമൂന്നിന് രാവിലെ ഹാജരു വിളിക്കുശേഷം ഭക്ഷണം. അവസാനത്തെ ഭക്ഷണം. പേരിനുള്ള ഭക്ഷണം, അത് വിശപ്പു വർധിപ്പിക്കുകയേയുള്ളൂ.

വേണ്ടത്ര ബസ്സുകളെത്തിയിരുന്നു. എല്ലാവർക്കും, ഡോറയ്ക്കും ഇരിക്കാനിടമുണ്ട്. അന്ന് വ്യാഴാഴ്ച്ചയായിരുന്നു, സന്ദർശന ദിവസം.

വാഹനസംഘത്തിന് അകമ്പടിയായി ഹെൽമെറ്റു ധരിച്ച സൈനികർ മോട്ടോർ സൈക്കിളിൽ. ഇന്ന് വിമാനത്താവളത്തിലേക്കു പോകുന്ന അതേ വഴി. അമ്പതു വർഷങ്ങൾ കടന്നു പോയിരിക്കുന്നു. വീതിയേറിയ ദേശീയ പാത പണിതും, വീടുകളും കെട്ടിടങ്ങളും നിലംപരിശാക്കിയും ഈ വടക്കുകിഴക്കൻ പ്രാന്തത്തെ എത്രത്തോളം നിഷ്പക്ഷവും വർണരഹിത വുമാക്കാമോ അത്രത്തോളം അധികൃതർ സാധിച്ചെടുത്തിരിക്കുന്നു, ആ പഴയ ബ്ലോക് നമ്പർ 16 പോലെ. എങ്കിലും വിമാനത്താവളത്തി ലേക്കുള്ള റോഡ് സൈനുകൾക്ക് പഴയ പേരുകൾ തന്നെയാണ് *ഡ്രാൻഷി, റോമാൻവിൽ. ബാഗ്നോലെ*ക്കടുത്ത് റോഡിനോടു ചേർന്ന് ആരോ എന്നോ ഉപേക്ഷിച്ചിട്ടുപോയ ഒരു കാർഷികപ്പുര. അതിന്റെ മരവാതിലിൽ എഴുതി യിരിക്കുന്നത് വ്യക്തമായി വായിക്കാം Du remord പശ്ചാത്താപം.

ഡ്രാൻഷിയിൽ വെച്ച് ആൾക്കൂട്ടത്തിൽ ഡോറ അച്ഛനെ കണ്ടെത്തിയി രിക്കണം. മാർച്ചുമാസം മുതൽ അയാളവിടെ തടവുകാരനായി കഴിയുക യായിരുന്നല്ലോ.

ഡ്രാൻഷി കാമ്പിലും ആൾത്തിരക്ക്, അതിനുംപുറമെ ഇനിയുമനേകം വാഹനസംഘങ്ങൾ വരാനുണ്ടെന്ന വിവരവും കിട്ടിയിരിക്കുന്നു. സെപ്റ്റം ബർ 2നും 5നുമായി ഡ്രാൻഷിയിൽ നിന്ന് ഫ്രഞ്ചുപൗരത്വമുള്ള ജൂതസ്ത്രീ കളെ മറ്റൊരിടത്തേക്ക് മാറ്റാൻ അധികാരികൾ തീരുമാനിച്ചു. ഡോറ ക്ലോഡി, ഈവോ, സെലീ. എന്നിവരടക്കം 1500 പേർ, ഡോറയൊഴിച്ച്. ഡോറയെന്തേ പോയില്ല? അച്ഛനോടൊപ്പം നില്ക്കാനാണോ അവൾ ആഗ്രഹിച്ചത്?

അച്ഛനും മകളും ഡ്രാൻഷിയിൽ നിന്ന് സെപ്റ്റംബർ 18ന് മറ്റനേ കായിരം തടവുകാരോടൊപ്പം ഓഷ്‌വിറ്റ്സിലേക്കുള്ള ട്രെയിനിൽ കയറ്റി അയയ്ക്കപ്പെട്ടു.

1942 സെപ്റ്റംബർ 19. ഡോറയും അച്ഛനും ഓഷ്വിറ്റ്സിലേക്കുള്ള ട്രെയിൻ കയറിയതിന്റെ പിറ്റേന്ന് അധികൃതർ പാരിസിലാകമാനം കർഫ്യു പ്രഖ്യാപിച്ചു. റെക്സ് സിനിമാ തിയേറ്ററിൽ ചെറുത്തുനില്പുകാർ ബോംബു വെച്ചതായായിരുന്നു കാരണം. അന്നുച്ചയ്ക്ക് മൂന്നു മണി മുതൽ പിറ്റേന്ന് രാവിലെ വരെ കർഫ്യൂ നിലനിന്നു. നഗരം വിജനമായിരുന്നു, ഡോറയുടെ അഭാവസൂചകമായിട്ടോ എന്തോ.

ഡോറയുടെ അമ്മ സെസിൽ ബ്രൂഡർ 1942 ജൂലൈ 16ന് ജൂതവേട്ട നടന്ന ദിവസം അറസ്റ്റു ചെയ്യപ്പെട്ടു. അവരും ഡ്രാൻഷിയിലെ തടങ്കൽപ്പാളയത്തിലെത്തി. കുറച്ചു ദിവസത്തേക്ക് ഭർത്താവിനോടൊപ്പം കഴിച്ചുകൂട്ടിയിരിക്കണം. അന്നൊക്കെ ഡോറ ടുറേലിലായിരുന്നു. സെസിൽ ബ്രൂഡർ ജൂലൈ 25ന് താത്കാലികമായി വിട്ടയയ്ക്കപ്പെട്ടു. കാരണം അവർ ഹംഗറിക്കാരിയായിരുന്നു. ഹംഗേറിയൻ ജൂതരെ എങ്ങനെ കൈകാര്യം ചെയ്യണമെന്നതിനെപ്പറ്റി അധികൃതർ വ്യക്തമായ തീരുമാനങ്ങൾ എടുത്തിരുന്നില്ല. ഏതെങ്കിലും വ്യാഴാഴ്ചയോ ഞായറാഴ്ചയോ അമ്മ മകളെ കാണാൻ ടൂറേലിൽ ചെന്നിരുന്നോ? 1943 ജനുവരി 9ന് സെസിൽ ബ്രൂഡർ വീണ്ടും അറസ്റ്റു ചെയ്യപ്പെട്ട് ഡ്രാൻഷിയിലെത്തി. ഫെബ്രുവരി 11ന് അവരും ഓഷ്വിറ്റ്സിലേക്കു യാത്രയായി. ഭർത്താവും മകളും യാത്രയായി അഞ്ചു മാസങ്ങൾക്കു ശേഷം.

പാരീസ് നഗരത്തിൽ എവിടെയൊക്കെ ഡോറയുടെ കാല്പാടുകൾ പിന്തുടർന്നു ഞാൻ ചെന്നുവോ അവിടമൊക്കെ നിശ്ശബ്ദവും നിശ്ശൂന്യവുമായാണ് എനിക്കനുഭവപ്പെട്ടിട്ടുള്ളത്. വിജനമായ റോഡുകളിലൂടേയാണ് ഞാൻ നടക്കുന്നതെന്നൊരു തോന്നൽ. എന്നെ സംബന്ധിച്ചേടത്തോളം അവ എന്നെന്നും വിജനമായിരിക്കും സന്ധ്യാനേരത്തെ ആൾത്തിരക്കിലും തിരക്കുപിടിച്ച ഓഫീസ് സമയങ്ങളിലും ജനപ്രവാഹം മെട്രോ സ്റ്റേഷനുകളിലേക്ക് കുതിച്ചൊഴുകുമ്പോഴും. ഞാനറിയാതെത്തന്നെ അവളെന്റെ മനസ്സിലേക്ക് കടന്നുവരുന്നു, ഈ ചുറ്റുവട്ടത്തെവിടെയൊക്കെയോ അവളുടെ സാന്നിധ്യം എനിക്കനുഭവപ്പെടാറുണ്ട്. ഇന്നാളൊരു ദിവസം റെയിൽവേസ്റ്റേഷന്റെ പരിസരത്ത്....

അവളുടെ ഓടിപ്പോക്കും അജ്ഞാത വാസവും. ആദ്യത്തെ തവണ ശൈത്യമാസങ്ങൾ, രണ്ടാമത്തെ തവണ വസന്തകാലം. ആ ദിനങ്ങളൊക്കെ അവൾ എങ്ങനെ എവിടെ കഴിച്ചുകൂട്ടിയെന്ന് എനിക്ക് ഒരിക്കലും അറിയാനാകില്ല. അത് അവളുടെ സ്വന്തം രഹസ്യമായിത്തന്നെ ഇരിക്കട്ടെ. പാവം, അവളുടെ അമൂല്യ രഹസ്യം. നമ്മെ കളങ്കപ്പെടുത്തിയേക്കാവുന്ന, ഉന്മൂലനം ചെയ്തേക്കാവുന്ന, കശാപ്പുകാർക്കും ചട്ടങ്ങൾക്കും ജർമൻ അധികാരികൾക്കും ലോക്കപ്പിനും തടങ്കൽപ്പാളയങ്ങൾക്കും എന്തിന് ചരിത്രത്തിനും കാലപ്രവാഹത്തിനുപോലും ആ രഹസ്യത്തെ അവളിൽനിന്നു വേർപിരിക്കാനാവില്ല.

■

www.ingramcontent.com/pod-product-compliance
Lightning Source LLC
LaVergne TN
LVHW041538070526
838199LV00046B/1721
* 9 7 8 8 1 8 4 2 3 5 1 3 5 *